முகந்து தீராக் கடல்

சிற்பி

டிஸ்கவரி புக் பேலஸ்
#6, மஹாவீர் காம்ப்ளெக்ஸ், முனுசாமி சாலை,
(பாண்டிச்சேரி கெஸ்ட் ஹவுஸ் அருகில்)
கே.கே.நகர் மேற்கு, சென்னை-600 078.
பேச : 044 48557525, +91 87545 07070

முகந்து தீராக் கடல்
(கவிதைகள்)

ஆசிரியர்: சிற்பி©

MUGANDHU THEERAA KADAL
(Poems)

Author: Sirpi©

First Edition: February - 2021

ISBN: 978-93-89857-58-0

Pages: 160

அட்டை வடிவமைப்பு: ரகுராஜ்

Publisher:

Discovery Book Palace (P) Ltd,
6, Mahaveer Complex, Munusamy Salai,
K.K.Nagar West, Chennai-600 078.
Ph: +91 - 44-4855 7525 Mobile: +91 87545 07070
E-mail: discoverybookpalace@gmail.com,
Website: www.discoverybookpalace.com

Rs. 150

இந்த நூலில் பிரசுரமாகியுள்ள எந்த ஒரு பகுதியையும் பதிப்பாளரின் எழுத்துபூர்வமான முன்அனுமதி பெறாமல் எடுத்தாள்வதோ, மறுபிரசுரம் செய்வதோ, மொழியாக்கம் செய்வதோ, அச்சு மற்றும் மின்னணு ஊடகங்களில் மறுபதிப்பு செய்வதோ, காப்புரிமைச் சட்டப்படி தடை செய்யப்பட்டுள்ளது. இந்த நூலிலிருந்து குறிப்பிட்ட பகுதிகளை மேற்கோள்காட்டி புத்தக விமர்சனம் செய்ய, ஊடகங்களுக்கு மட்டும் அனுமதி உண்டு.

உங்கள் மொபைல் போனிலிருந்து ஸ்கேன் செய்து 'டிஸ்கவரி புக் பேலஸ்' மொபைல் ஆப்பை டவுன்லோடு செய்து, புத்தகங்களை வாங்குங்கள்.

நட்புக்கு ஒரு கைம்மாறு

கனிந்த நட்பின் அடையாளமாக
கலை இலக்கிய வித்தகர்
இந்திரன்
அவர்களுக்கு
இந்தக் கவிதை நூலைக்
கைம்மாறாய் அளித்து மகிழ்கிறேன்

அணிந்துரை

முகநூல் ஆற்றில் நீரருந்தும் கொம்பன் யானை!

"கடலைக் காட்டிலும் விரிந்த பரப்பு இருக்கிறது. அதுதான் வானம்!"

- **விக்டர் ஹ்யூகோ**

கவிஞர் சிற்பி தனது கவிதையின் சாலையை எப்போதும் செப்பனிட்டபடியே பயணம் செய்பவர். கரடுமுரடான பாதையில் தனது பாதங்களைப் பதிய விட்டு நடந்து நடந்தே தனக்கென ஒரு ஒற்றையடிப் பாதையை உருவாக்கிக் கொண்டவர் அவர்.

21 கவிதைத் தொகுதிகள் உள்ளிட்ட 85 நூல்களை எழுதியிருக்கும் கவிஞர் சிற்பி தனது எண்பத்தைந்தாவது வயதில் இன்றும் முகநூலில் தனது கவிதைகளைத் தொடர்ந்து எழுதிக்கொண்டிருக்கிறார். ஏறத்தாழ அரை நூற்றாண்டு காலம் சலியாது இயங்கிவரும் ஒரு தமிழ்க் கவியின் முகநூல் கவிதைகள் இவை.

இவர் தனது 27வது வயதில் 'நிலவுப் பூ' (1963) முதல் கவிதைத் தொகுதியை வெளியிட்டபோது மரபுக் கவிதையின் மண்ணைக் கொட்டி, தனது ஒற்றையடிப் பாதையை அகலப் படுத்திச் செழுமைப் படுத்திக்கொண்டார். தமிழகத்தின் உள் கிராமமான ஆத்துப் பொள்ளாச்சியிலிருந்து இந்தியாவின் நகரங்களை நோக்கி அவரது கவிதைப் பாதை சென்றபோது அவர் தனது மண் சாலையின்மீது பள்ளம் மேடுகளைச் சமனப்படுத்தும் 'வானம்பாடி' இலக்கிய இயக்கம் எனும் ரோடு எஞ்சினை ஓட்டி சமப்படுத்தினார். 'சர்ப்ப யாகம்' (1976) கவிதைத் தொகுதியை வெளியிட்டபோது நவீன வெளிப்பாடுகள் எனும் தாரை உருக்கி வார்த்துத் தனது கவிதைச் சாலையைத் தார் ரோடு ஆக்கிவிட்டார். அறிவியலையும் மெய்யியலையும் நோக்கிய அவரது தாகத்தைத் தனது 'பூஜ்யங்களின் சங்கிலி' எனும் நூலின் மூலமாகக் கவித்துவ மொழியில் பேசிய பிறகு இன்று இவரது முகநூல் கவிதைகள் ஒரு ரப்பர் ரோட்டில் பயணம் செய்யத் தொடங்கி இருக்கின்றன.

இன்றைய டிஜிட்டல் யுகத்தில் கவிஞர் சிற்பி, முகநூலில் கவிதைகள் எழுதுபவராக ஒரு ஜனநாயகமான வெளியை நோக்கித் தன் கவிதைப் பாதையைத் திருப்பி இருக்கிறார். நேற்றைய கவிதைகளுக்கு உரித்தான காவிய யுகத்தின் அலங்கார உத்தி முறைகளைக் குறைத்து காற்றைப்போல் மிதக்கும், ஊற்றைப்போல் குளிரும் ஒரு எளிய கவிதை மொழியை முகநூலுக்காகத் தேர்ந்தெடுக்கிறார். இந்த முகநூல் கவிதைகளையே இங்கு 'முகந்து தீராக் கடல்' எனும் தொகுப்பாக இங்கே வழங்கியிருக்கிறார்.

கவிஞர் சிற்பி, கவிதை உலகில் நுழைந்தபோது அகில இந்திய அளவில் சுதந்திரமான கவிதைப் பரிசோதனைகளுக்கு இடம் கொடுக்கக் கூடியதாக இந்திய இலக்கிய மாளிகையின் வாசல் திறந்து வைக்கப்பட்டு இருந்தது. கன்னடத்தில் கோபாலகிருஷ்ண அடிகாவும், மராத்தி மொழியில் பி.எஸ். மார்தேக்கரும், இந்தியில் கஜானன் மாதவ் முக்திபோத்தும், தமிழில் பிச்சமூர்த்தியும் புதுக்கவிதை எனும் ஒரு புதிய திறப்புகள் கொண்ட ஒரு கவிதை வகை மாதிரியை முன் வைத்திருந்தார்கள்.

தொடக்கத்தில், சங்க காலத்திலிருந்து பாய்ந்து வரும் கிராமத்து நதி ஒன்றின் கரையில் திண்ணைகளோடு, பசுஞ் சாணம் மெழுகி, மாக்கோலம் போட்டு அலங்கரிக்கப்பட்ட மரபார்ந்த தமிழ் வீடு ஒன்றில் வாழத் தொடங்கிய சிற்பி, நாளடைவில் புதுக் கவிதை எனும் மாடிகள் கொண்ட ஒரு மாளிகையில் வசிப்பதென முடிவு செய்தார்.

மகாகவி பாரதி, புரட்சிக்கவி பாரதிதாசன் ஆகியோரால் தனது மொழியை வளப்படுத்திக்கொண்ட கவிஞர் சிற்பி அமெரிக்காவின் வால்ட் விட்மனும், லத்தீன்-அமெரிக்கக் கவி பாப்லோ நெரூடாவும் பாதித்த, புதுக் கவிதை முன்னோடிகள் போட்டுக் கொடுத்த ஒரு ராஜபாட்டையைத் தன் கவிதை வாகனத்துக்கான பாதையாகத் தேர்ந்தெடுத்துக் கொண்டார்.

முறையான தமிழ் இலக்கியப் பயிற்சி, சிற்பியின் கவிதைக் கலைக்கு ஒரு கூண்டாக அமையாமல், விண்ணை நோக்கிப் பறக்கும் இரு சிறகுகளாக அமைந்தது. இளமையில் கேரளாவின் பாலக்காடு பகுதியின் தத்தமங்கலத்தில் இவர் பெற்ற பள்ளிக் கல்வி, மலையாள மொழி அறிவை இவருக்கு அளித்து, இன்றைய இவரது கவிதை மொழிக்கென்று ஒரு

பிரத்தியேகமான நறுமணத்தைக் கொடுப்பதை இக்கவிதைத் தொகுப்பு முழுவதிலும் வாசகன் உணர முடியும்.

சிரித்த முத்துக்கள் (1968), ஒளிப்பறவை (1971), சர்ப்ப யாகம்(1976), மௌன மயக்கங்கள் (1982), புன்னகை பூக்கும் பூனைகள் (1982), சூரியநிழல் (1990), ஆதிரைகவிதை நாடகம் (1992), இறகு (1996), ஒரு கிராமத்து நதி (1998), பூஜ்யங்களின் சங்கிலி (1999), பாரதி கைதி எண் 253 (2001) என்று தமிழ்க் கவிதைப் பிரதேசத்தில் பயணித்து வரும் சிற்பியின் 'முகந்து தீராக் கடல்' எனும் முகநூல் கவிதைகள், இன்று மிக மிக எளிய மொழிப் பிரயோகத்துக்கு வந்திருக்கின்றன.

மரபில் வேரூன்றி, உயர்ந்து வளர்ந்து, ஊருக்கு நடுவே வானத்தில் கிளை பரப்பிப் படர்ந்து, மனிதநேயம் எனும் மலரைப் பூத்துச் சொரிந்து, இரும்புச்சத்து மிக்கக் கனிகளைத் தரை முழுதும் வாரி இறைத்து, நூறு ஆண்டுகள் வரை பசுமை மாறாமல் கம்பீரமாய் நிற்கும் ஒரு நாவல் மரம்தான் மூத்த கவிஞர் சிற்பி. நாவல் மரத்துக்கும் கவிஞர் சிற்பிக்கும் ஒரே ஒரு வேறுபாடு... நாவல் மரம் அறுபது ஆண்டுகள் வரைதான் கனிகளை உற்பத்தி செய்யும். ஆனால், கவிஞர் சிற்பி எனும் கனிமரமோ தனது எண்பத்தைந்தாவது அகவையிலும் கவிதைக் கனிகளை உற்பத்தி செய்துகொண்டே இருக்கும். கவிஞர் சிற்பி ஊருக்கு நடுவே பழுத்த கனிமரம் என்பதை இத்தொகுதி நிரூபிக்கிறது.

அன்புடன்,
இந்திரன்
14/02/2021

பாவம் பாப்பா

பலூனைப் பிடித்தபடி
வானத்தில் பாப்பா
பறந்து கொண்டிருந்தாள்

வெண் மேகங்களுக்குள்
சிலீரென்று போகும்போது
'அம்மா' என்று
சிலிர்த்துக் கொண்டாள்

பூவாய்ச் சுமந்த மேகம்
மலையுச்சியில் பாலருவியில்
இலைப் படகொன்றில்
மிதக்கவிட்டது

தாமரைப் பூப்போல்
பயமே இல்லாமல்
காட்டுக்குள் இறங்கினாள் பாப்பா

அருவிக் கரையில்
ஐஸ்கிரீமோடு காத்திருந்தது
வெள்ளை முயல்

காட்டுக் குருவிகள்
'அக்கக்கா' என்று
மயில் பீலி கொடுத்து
வரவேற்பளித்தன

கிளிகள்
காட்டுப் பூக்களால்
தோரணம் கட்டின

மஞ்சள் கண்ணாடிப்
பழங்கள் நீட்டி
'எடுத்துக்கொள்' என்றது நெல்லி

நீல வண்டுகள்
'கண்ணே இந்தா
தேன்மிட்டாய்' எனப்
பாடியபடியே பக்கத்தில் வந்தன

நிலாத் துண்டுகளாய்
பலாச் சுளை தந்து
'எங்களுக்குப்
பள்ளிக்கூடமே இல்லை' என்று
தாவிக் குதித்தன
குரங்குத் தோழர்கள்

ஒரு சின்னப் புலிக்குட்டி
'விளையாட வாயேன்'
என்று கூப்பிட
'இதோ' என்றாள் பாப்பா

முதுகில் அறைவிழ
துள்ளித் துடித்தாள் பாப்பா
'பள்ளி வேன் வந்துடுமேடி
மூதேவி' என்ற வசவில்
கவிழ்ந்து போனது
பாப்பாவின் கனவு ரதம்!

தவம் செய்யும் மனது

தாம்பா? பாம்பா?
பார்த்தால் தாம்பு
மிதித்தால் பாம்பு

ஒன்றே இரண்டானதா?
இரண்டு ஒன்றானதா?
இல்லை
ஒன்றுக்குள் ஒன்றா?
ஒன்றுக்குள் வேறா?

பூவுக்குள் விதையும்
விதைக்குள் பூவும்
யாவுக்குள் யாவுமென்றால்
நோவுக்குள் புன்னகையா?
தேவுக்குள் சாத்தானா?

வருடத்தில் தேதியுண்டு
தேதிக்குள் வருடமுண்டா?
முழுமைக்குள் பாதியுண்டு
பாதிக்குள் முழுமையுண்டா?

பாவமே புனிதமானால்
புனிதமும் பாவம் தானே?
தேனே கள்ளாகுமென்றால்
கள்ளும் தேன் ஆவதுண்டா?

காளைக்குள் பசுவும் உண்டு
பசுவுக்குள் காளை உண்டு
நாளைக்குள் நேற்றும் உண்டு
நேற்றுக்குள் இன்றும் உண்டு

இல்லையும் இருப்பதாகும்
இருப்பதும் இல்லையாகும்
எது உண்டு? எதுதான் இல்லை?

கேள்வியின் வளைவில் சென்று
புள்ளியில் தேங்கி நின்று
விடை காண
தவம் செய்யும் மனது.

கால்நடை

கால்களாலும்
நாய்களாலும்
நடத்தப்படும் சோதனை
காலை நடைப்பயிற்சி

காலம் பல கண்ட
கதவின் கீல்கள்
என் முழங்கால்கள்

தெருமுனைக்குத் தெருமுனை
பலமுனைத் தாக்குதல்கள்
நடத்தும் நாய்கள்
சோம்பல் கயிறாய்ச்
சுருண்டு கிடக்கும்
குட்டி நாயும்
சூறாவளி ஆகி விடுகிறது.

ஓட முடியாத முதுமை
நாய்களின் ஓலம் சிலுவை

வேட்டைக்குத் தப்பிய
முயலாய்
வீடிருக்கும் சந்தில்
திரும்புகிறேன்

குவிந்த மணலில்
மறைந்திருந்து
பாய்கிறது ஒரு நாய்
பதற்றத்தில்
குரைப்பு மிரட்டலாகிறது

பாயும் நாய்
உறையும் ஓவியமாகிறது
ஒரு பெண்குரல் ஒலியில்
 'தே... சும்மா கிட'

என் வீட்டு வாசலில்
எட்டிப் பார்க்கும் மருமகளின்
பார்வையிலும் அதே குரல்
 'தே... சும்மா கிட'.

கொரானா யுகம்

வெளிச்சம் முற்றிலும்
அகன்று விடாத
இருட்டு குவிந்து
திரண்டு விடாத
அந்தி நேரம் போன்ற வாழ்க்கை

கனவுக்கும்
விழிப்புக்கும்
இடையே கவிந்திருக்கும்
அரையுறக்கம் போன்ற மனநிலை

கடைகள் இருக்கின்றன
ஆனால் திறந்திருக்கவில்லை
பொருள்கள் இருக்கின்றன
வாங்க முடியவில்லை

வேலைகள் இருக்கின்றன
ஒன்றும் செய்ய முடியவில்லை
சாலைகள் இருக்கின்றன
எங்கும் போக முடியவில்லை

மனிதர்கள்
விலகி விலகிப் போகிறார்கள்
நெருங்க முடியவில்லை
இரவுகள்
வந்து வந்து போகின்றன
உறக்கம் வரவில்லை

முகங்கள் மூடியிருப்பதால்
பார்க்க முடியவில்லை
சிரிக்கிறார்களா கோபப்படுகிறார்களா
புலப்படவே இல்லை

தொலைக்காட்சியில்
பத்து நிமிடத்துக்கொரு முறை
கொரானா வைரஸ்
பல்லிளித்துப் போகிறது
எந்தக் கதா நாயகன்
எவளைக் காதலித்தால் என்ன
கண்கள் களைத்துப் போகின்றன

புத்தகங்கள் மேல்
கோபம் வருகிறது
அவற்றின்
புளித்துப் போன தத்துவங்கள்
எதுக்களிக்கின்றன

சங்கீதம் கேட்கலாமென்றால்
அது நம்மைக் கேட்கிறது
    'துன்பம் நேர்கையில்
    யாழெடுத்து நீ
    இன்பம் சேர்க்க
    மாட்டாயா?'
என்று.

பேரக்குழந்தை வருகிறது
அள்ளியெடுக்க மனது துடிக்கிறது
அவள் அம்மா தடுக்கிறாள்
அணைத்து முத்தமிடவும் தடை

இப்படி ஒரு சர்வாதிகாரம்
வரலாறு கண்டதில்லை
ஐந்து கண்டங்களையும்
அடக்கி ஆள்கிறது கொரானா

நாட்கள்
உணவு - தூக்கம் - உணவு
என்று நகர்கின்றன

'நாளை மற்றொருமொரு
நாளே'
என்று சொன்ன
எழுத்தாளர் ஜி.நாகராஜன்
தீர்க்கதரிசிதான்

ஊரடங்கு
என்கிறது அரசு
உள்ளடங்கு உள்ளடங்கு
என்கிறது வாழ்க்கை

இப்படியே போனால்
வீட்டுக்கு வீடு
உருவாகிவிடுவார்கள்
தாடி வளர்த்த தத்துவ ஞானிகள்!

முகங்கள்

உலகுக்காக ஒரு முகம்
ஊருக்காக ஒரு முகம்
உனக்காக ஒரு முகம்
வைத்திருக்கிறேன்

இவை எதுவும்
நிஜமல்ல

எனக்கான
முகம் ஒன்று உண்டு
என்னைத் தவிர
எவரும் அதைப் பார்த்ததில்லை

ஏனென்றால்
அது முகமல்ல
அகம்!

கா... கா... கா...

கழிவிரக்கம் காரணமாக
நகரத்துச் சிலைகள் மீது
கழிவிறக்கம் செய்யும்
காக்கைகள்

புதிய சிலைகள் திறந்தால்
வரவேற்புத் தரும்
முதல் குரல்
காக்கைகள் உடையதுதான்

பொன் வண்ணச்
சிலைகளை விடவும்
கருப்பு வண்ணமென்றால்
அவை உற்சாகம் கொள்ளும்

மரங்கள் அற்ற
நகரப் பாலைகளில்
சிலைகள் தரும்
ஆறுதலில்
களிக்கும் காக்கைகள்

அடைக்கலம் அளிக்கும்
சிலை நாயகர்களின்
அடையாளமோ
சாதனைகளோ
காக்கைகள்
அறிய மாட்டா

எத்தித் திருடும் அந்தக் காக்கை
என்றதனாலோ என்னவோ
காக்கை குருவி எங்கள் ஜாதி
என்ற கவிஞன் சிலைக்கும்
அதே மரியாதைதான்...

காக்கைக்கே ஒரு
சிலை வைத்தாலும்
அதற்கும் அப்படித்தான்

பேதமற்ற காக்கையே
நீயே எம் பிதாமகன்...

பூர்விக வீடு

யானை ஏதேனும் வளர்த்திருப்பார்களோ
அப்படி அகன்ற வாசல்
நாலு புறமும் கல் மதில்கள்
அசுரன் எவனோ சுமந்து வந்து
கரடு முரடான பாறாங்கற்களை
அடுக்கி அடுக்கிக் கட்டிய கோட்டை

மொசு மொசுவென்று
புல்லும் பூண்டும் முளைத்து
நான் பார்த்திராத பாட்டனாரின்
தாடி வளர்ந்த
முகம் போல் பருபருத்த மதில்கள்

பாம்புகள்
சட்டை கழற்றி
குட்டி போட்டு
குடும்பம் வளர்க்கும்
ஆனால் யாரையும்
விஷம் தொட்ட சரித்திரம் இல்லை

பனை ஓலைக் குடில்கள்
இரண்டில்
ஒன்று சமையலறை
அடுப்பு இருப்பது தெரியா இருட்டறை
எத்தனை பேர் வந்தாலும்
பசி தணிக்கும்
அம்மாவின் அமுதசுரபி

மற்றது
தட்டு முட்டு சாமான்கள்
தவசம் தானிய மூட்டைகள்

நடுவே
பாய்விரித்து ஒருக்களித்துப்
படுக்க.. பாட்டனார் காலத்து
அம்மிக்கல் மெத்தை
குழவிக் கல் தலையணை

இரவில் கூரை சரசரக்கும்
திடுக்கிட்டு விழித்தால்
அம்மா சொல்வார்:
'எலி பிடிக்க
பாம்பு துரத்துது கண்ணு
பேசாமத் தூங்கு!'

காலையில் பல் விளக்கக்
கட்டுக் கட்டாய்க்
கருவேலங்குச்சிகள்
தீர்ந்து போனால்
அடுப்புக்கரி, சாம்பல்,
அல்லது திருநீறு
ஜோசியர் சோழி போலப்
பளபளக்கும் பற்கள்

சாணம் தெளித்து
வாசல் விளக்கும் அம்மா
நாங்கள் விழித்ததும்
கள்ளிச் சொட்டுப் பாலில்
கருப்பட்டிக் காபி கொடுப்பார்
பனங்காட்டு வாசம் வீசும்

சற்று நேரத்தில்
ஈர்க்கிடை போகா இளமுலை
ஊர்க்குமரிகள் படையெடுப்பு
அம்மாவிடம் பால், மோர் வாங்க...
சுவரில் அழுக்குக் கோடுகள்

பால் கணக்காக
அணிவகுக்கும்

சாயங்காலம்
நாணல் வேய்ந்த
வாசல் பந்தலில்
அப்பாவின் சதஸ்
ஊர்ச்சண்டை வழக்குகள்
வெற்றுடம்புடன்
சிசர்ஸ் புகைக்கும்
அப்பாவின் தீர்ப்புக்குக் காத்திருக்கும்.
அவரே அன்று
ஏழைகளின் நீதிமன்றம்

இளம் பிள்ளைகள்
எங்களை வீட்டில் விட்டு
அம்மா தோட்டம் போகும்போது
'சின்னஞ்சிறுசுக
தனியா இருக்குமே'
என்று யாராவது சொன்னால்
'அதோ காவலுக்கு'
என்று கொல்லையில் இருக்கும்
இரண்டு தென்னையைக்
காட்டுவார் அம்மா

இன்று தென்னைகள் இல்லை
வளர்த்தவர் இல்லை
பூர்வீக வீடும் இல்லை

ஆசையோடு பார்த்த
அம்மா முகம்
அவர் சாம்பலான
ஆற்றங்கரையோரம்
சலசலக்கும் நதியில்.

புறமுதுகு

இடித்துச் சொல்பவர்கள்
நல்லவர்கள் என்ற வள்ளுவருக்கு
இடித்துச் செல்பவர்களைத்
தெரிந்திருக்காது
பேருந்தில் ரயிலில்
விமானத்தில் எங்கும்
முதுகுப் பை சுமப்பவர்கள்
இடி மன்னர்கள்

அதற்காக வருத்தம்
தெரிவிக்காதவர்கள்
அந்தப் பக்கமும்
இந்தப் பக்கமும்
அநாயாசமாகத் திரும்புகையில்
பாதிக்கப்படுபவர்
ஒருவர் இருவரல்ல பலர்
முதுகால் தாக்கும்
புதிய தளபதிகள் இவர்கள்

இவர்களை விட
எவ்வளவோ மேலானவர்கள்
முதுகில் கொலை வாளைச்
சுமந்துகொண்டு
வாளுருவி மார்பில்
முகத்தில் பாய்ச்சும்
வாடகைக் கொலைகாரர்கள்!

அவதூறுகள்

அவதூறுகளின் குப்பைக்கூடை
என் மேல் கவிழ்க்கப்படுவது
இது முதன்முறை அல்ல

எனக்கு அது புனித நீராட்டுப் போல்
பழகிப்போய்விட்டது
முதலில் மூச்சுத்திணறலாக இருந்தது
இப்போது சுவாச மதுரமாகிவிட்டது

அட,
இன்றைக்கு வரவேண்டிய
வசை அஞ்சல் இன்னும் வரவில்லையே
இணையத் துப்பாக்கி வெடிக்கவில்லையே
முகநூல் சுடுசரம் பாயவில்லையே
என்று என் தோட்டத்தில்
கவலை அரும்புகள் கன்றிப் பூக்கின்றன

ஒவ்வொரு குப்பை அபிஷேகத்துக்கும்
ஒரு மரக்கன்று நடுகிறேன்
மகிழம் தேக்கு மரமல்லிகை
சந்தனம் தேவதாரு மருது வாகை
வசையின் ஆழத்துக்கு ஏற்றபடி

ஒருபோதும்
நடுவதில்லை நான்
எட்டி மரங்களை.

என் உறவுப் பறவை

ஊஞ்சலில் என்னை உட்கார வைத்து
'உந்து கால்' என்று ஊக்கப்படுத்தி
மேலே மேலே நான் பறக்கும்போது
கெக்கலி கொட்டி
புல்லாங்குழலெனத் தேனிசை பாடும்
அந்தப் பறவை.
அதற்கு நான் உவகை என்று பெயரிட்டேன்

கானக நடுவில்
மூங்கில் வனத்தில்
மொட்டை மரங்கள் பேய்க் கரம் நீட்ட
காட்டு நெருப்பில்
சுட்ட கரியெனப் புல்லும் கருகத்
தன்னந்தனியாய் என் கண்கள் கலங்க
மூங்கிலின் உச்சியில்
தூங்கும் சருகெனக்
குந்தி நொந்திருக்கும் அந்தப் பறவை.
அதற்கு நான் துக்கம் என்று பெயரிட்டேன்

தொலைவுகள் மறைத்து
நீலத் தகடாய் நீளும் கடலில்
திமிங்கிலம் போல நீந்தும் கப்பலில்
உச்சித் தளத்தில் சுக மதுவருந்திச்
சாய்வு நாற்காலியில் உறங்கும் தருணம்
சாட்டை சுழற்றிய சூறைக் காற்றும்
அடரும் முகிலில் மின்னல் வீச்சும்
சின்னக் குழந்தை எறிந்த பந்து போல்
திரை கடல் மீது கப்பலைத் தகர்க்க

அய்யோ என நான் அலைகளில் புதைய
எங்கிருந்தோ ஒரு கரம்
என்னை ஓர் படகினில் ஏற்றிக் கொள்ளப்
படகைச் சுற்றிப்
படபடக்கும் ஒரு பறவை.
அதற்கு நான் நம்பிக்கை என்று பெயர் வைத்தேன்.

★

கொட்டிய தானியங்களைக்
கொத்தி முடித்து
இன்னும் என்று தலையைத் தூக்கும்
என் இதயம் என்கிற
நீலப் பறவை.

மரவட்டை

கொசுத் தூற்றலாய் மழை
குழந்தை தழுவுதல் போல்
பட்டும் படாத ஈர ஒத்தடத்தில்
சில்லிட்டுக் கிடந்தது முற்றம்

உதிர மனமில்லாது
கண்ணாடித் துளிகளாய்
இலைகளில் தொத்தித் தேங்கின
மழைத் துணுக்குகள்

சுருண்டு படுத்துச்
சோம்பலுக்குத் திருஷ்டி கழித்துக்
கொண்டிருந்தேன் நான்

ரயில் பூச்சி ரயில் பூச்சி
என்று குதூகலக் கூச்சலிட்டன
குழந்தைகள்
பிள்ளைமை ஆவல் பிடித்துந்த
எட்டிப் பார்த்தேன்
உணர் கொம்புகள் மெய்க் காப்பாளராக
ஊர்வலம் வந்தது மரவட்டை

வலி தராத ரப்பர் கால்கள்
கச்சிதமான ராணுவ ஒத்திகை நிகழ்த்த
நகரும் பூச்சி

கண் பட்டது போல்
ஒரு குழந்தை கை பட்டதும்
கணக்கு வாத்தியார் போடும்
பூஜ்யமென அதிவேகத்தில்
ஒடுங்கிக் கொண்டது ரயில் பூச்சி

தொட்டால் சிணுங்கி
இனம் போலும்...
சங்கு சக்கரம் போல்
வர்ண வட்டமாய்
உயிருடன் இருந்தபடியே சாவை நடித்தது
மரவட்டை!

தப்பித்துக் கொள்ள
வழி கற்பித்துக் கொடுக்கும்
ராஜதந்திரியே,
வாழ்க நீ எம்மான்!

வண்ணத்துப்பூச்சி

கவிதைக்கென்றே எடுத்த
அவதாரம் நீ என்றால்
மறுப்பவர் உண்டா?

காதலில் தோற்றுத்
தற்கொலை செய்துகொண்ட
கன்னிப் பெண்கள்
வண்ணத்துப் பூச்சியாய்
வடிவெடுக்கிறார்களாமே
உண்மையா அது?

ஒவ்வொரு மலர் வீட்டிலும்
உன் காதலனையே தேடுகிறாயாமே
சோகத்தில் எடுத்த மறுபிறவி
என்பதனால்
மலர்களுடன்கூட நீ
பேசுவதில்லையாமே

நிறங்களின் குரவைக் கூத்தான
உன் சிறகடிப்பு
வண்ணப் பளிங்குகளைக்
காற்றில் ஒருகணம்
பதித்துப் போகும்
உன் சிறகடிப்பு
காண்பவர் கண்களுக்கு
ஆனந்தக் களிப்பு

ஆனால் அது
குழந்தைக்கு மட்டுமல்ல
ஞானிக்கும்கூட
நீ பரிசளித்துப் போகும்
உன் சின்ன வாழ்க்கையின்
பொன் நிமிடம்.

மறுபக்கம்

என் பேச்சு
தேசத் துரோகம்

என் எழுத்து
சட்ட மீறல்

என் கண்ணசைவு
உளவின் மொழி

என் கை உயர்த்தல்
புரட்சிக்கு அழைப்பு

என் அடிவைப்பு
போராட்ட அணி வகுப்பு

என்று பிதற்றுகிறாய்
எனில் அறிக நீ

நான் எச்சில் உமிழ்ந்தால்
அது சுனாமி ஆகும்

நான் சிறுநீர் கழித்தால்
அது பிரளயமாகும்

இது என் புகழ் மஞ்சரி அல்ல
இது என் புனைவுப் பெருமிதம் அல்லவே அல்ல

நீ தீட்டிய பிரசார ஆயுதத்தின்
மறு முனை இது.

ஐம்பூதங்கள்

ஐம்பூதங்களில் உங்களுக்கு
எது பிடிக்கும் என்று கேட்கிறாய்

கண்ணின் தவமான
நீல ஆகாயம்

உயிரின் சரடான காற்று

அடி வானம் வரை
விரிந்து கிடக்கும் நிலம்

ஆயிரம் நாக்குகள் நீட்டி
ஆர்த்தெழும் நெருப்பு

கண்ணாடிப் பாதங்களால்
கிடந்தும் நடந்தும் வரும் நீர்

ஐந்தும்
தமக்கே உரிய
தனித்துவம் பூண்டவை

ஆயினும்
நிலமே எனக்கு இனியது
காரணம்
கருவறையானதும்
மணவறையானதும்
கல்லறையாவதும் அதுவே

ஆலய தரிசனம்

ஆலயங்களுக்கு
அவ்வப்போது போவேன்
நான்

வானத்தின் மத்தகத்துக்கு
முகபடாம் அணிவித்தது போல்
காட்சி தரும் கோபுரங்கள்

குன்றுகளை இணைத்தது போல்
நாலுபுறம் மதிற் சுவர்கள்

தேகத்தை இப்படித் திரட்டிக் கொள்
என்று சொல்லும் துவார பாலகர்கள்

பருந்துகள் கூடு கட்டும் உயரத்தில்
நிமிர்ந்து நிற்கும் கருட கம்பம்

திமிர் ததும்பும் திமில்
ஈட்டிக் கொம்புகள்
முன் வலக்கால் தூக்கி
இடக்கால் மடித்து
நாக்கால் மூக்கைத் துழாவும்
நந்தி திருக் கோலம்

மானசீகமாய்ச் சலங்கைகள் ஒலிக்க
'முத்தைத்தரு பத்தித் திருநகை'
மோகினிகள் தூண்கள் தோறும்
நிகழ்த்தும்
அபிநய சாகசம்
இத்தனையும் கண்டு நான்
நெகிழ்ந்து அமர்ந்துவிட்டால்
அர்ச்சனையும் மந்திரமும்?

அம்மாவின் உரிமையில்
பங்கு கேட்பதில்லை நான்!

கற்பிதங்கள்

நதி நீரில்
முகம் பார்க்கும்
கோரைப் புல்லின் மேல்
அமரும் தும்பி

தண்ணீரைப் பார்த்து
இத்தனை பெரிதா
என் சிறகென்று
பெருமிதம் கொள்ளும்

தும்பியைப் பார்த்து
என் அலை எப்படி
அந்தரத்தில்?
என்று நதி வியப்பெய்தும்

நதிக்குள் தெரியும்
நிழல் கண்டு
எத்தனை உயரம் நான்
கோரை கர்விக்கும்

கரையில் நெடிதுயர்ந்த
தென்னை
தனக்குள் சிரித்துக் கொள்ளும்

விடியல் மழை

உறங்குபவர்கள் யாருக்கும்
தொல்லை தராமல்
மெல்லச் சிணுங்குகிறது
விடியல் மழை

கிசுகிசுத்துக் கொள்ளும்
காதலர் மொழியைப்
பிரதி எடுக்கிறது
விடியல் மழை

குழந்தைக்குத் தாய்
ஆசை முத்தமிடுவதெனப்
பூமியின் முகத்தில்
ஈரம் கசிகிறது

நனையாமல்
நனைகிறது மரம்
எதுவும்
கலையாமல் வீசுகிறது
காற்று

எப்போதாவது
வரும் வாகனத்தின்
ஒளி வட்டம்
மழைச் சரங்களை
வைர ஊசிகள் ஆக்குகிறது

சின்னக் குளிருக்கு
ஆசுவாசமாய்
தெரு நாயைக் கட்டிக் கொள்கிறான்
பிச்சைக்காரன்

பவள மல்லி மரங்கள்
தாங்களும் மழையை
அபிநயிக்கின்றன

வாசல் கொடியில்
காயப் போட்ட துணிகள்
நனையுமே என்ற
பரபரப்பில் தாய்மார்கள்

மழலைகளின் கனவிலோ
வெயில் கொளுத்துகிறது

மாய உலகம்

உறக்கத்தைத்
தாறுமாறாய்க் கிழித்துத்
தொங்க விடுகின்றன
கனவுகள்

தர்க்கங்களை
நிர்வாணமாக்கி
காலம் வயது
மானம் மரியாதை
அனைத்தையும்
சின்னா பின்னமாக்குகின்றன
கனவுகள்

நடுக்காட்டில்
ரயில் நின்று போக
ஒரு வாய்த் தண்ணீருக்குத்
தவிக்கவிடும் கனவுகள்

மடிப்புக் கலையாத
ஜேம்ஸ் பாண்ட் மனிதர்கள்
ஆயுத பாணிகளாய்த்
தெருத் தெருவாய்த்
துரத்தும் கனவுகள்

மதிப்பு மிக்க முதுமையில்
கட்டிளம் பெண்
கட்டிப் பிடித்து
ஆண்மைக்குச்
சோதனை செய்யும்
கனவுகள்

நினைவுகள் தப்பும்
வயதில்
கனவுகளின் வதை

கண்கள் செருகும்
ஒவ்வொரு இரவிலும்
ஒரு முயலைப் போல
வேட்டைக்கு இரையாகக்
காத்துக் காத்து
வருத்தத்திலும்
எதிர்பார்ப்போடு...

சாவி

மாலையில் வீடு திரும்பும் போது
மூளைக்குள் விசிறியது மின்னல்
வீட்டுச் சாவி?

அலுவலகத்தில் வைத்துவிட்டேனோ?
விசாரித்ததில்
அலுவலகம் பூட்டியாகி விட்டதாம்

கைப் பைக்குள்?
கவிழ்த்ததில் விழுந்தது
ஒரு கருத்த பழைய காசு

சாப்பாட்டுப் பையில்?
உதறியதில் உதிர்ந்தன
தப்பித்துக் கொண்ட பருக்கைகள்

இருசக்கர வாகனத்தில்?
பரிசோதித்ததில் கிடைத்தது
பழைய ஸ்க்ரூ டிரைவர்

பக்கத்து வீட்டில்
கொடுத்திருக்க வாய்ப்பில்லை
குழாயடிச் சண்டையில்
அந்த அம்மாள்
முறுக்குச் சுட்டது நேற்று

விதியை நொந்தபடி
வீட்டை அடைந்தால்
கதவில் தொங்கிக்
கைதட்டிச் சிரித்தது
வீட்டுச் சாவி

அதனுடன்
கை கோத்தபடி
அலமாரிச் சாவி!

தண்ணீர்ச் சமாதி

வானமே வானமே
ஒரு பூப் போடேன்
வரம் கேட்டது
தாகமுற்ற கேரளம்

ஆகாயத்துக்கு
ஆயிரம் செவியா?

மழையோ மழை
ஓயா மழை
ஒழியா மழை

திமிர் பிடித்த மேகங்கள்
திசையெங்கும் கோட்டை கட்டி
தண்ணீர்ச் சமாதிக்குள்
தள்ளியது மலை நாட்டை

ஓங்கி உயர்ந்த மலை
ஒடுங்கியது வெள்ளத்தில்
ஆனை புகுந்த வனம்
அடங்கியது வெள்ளத்தில்

கண்ணெல்லாம் குளமாக
கண்ணீரும் நதியாக
நதியெல்லாம் கடலாக
நோவாவின் கப்பல் போல்
கேரளமும் தடுமாற

மழையோ மழை
மழையோ மழை
அய்யோ மழை

மலையாளம்
பெயர் மாறி
மழையாழம் ஆயிற்று

கடவுளின் சொந்த
நாடென்றார் அங்கே
காவுகளும் காயல்களும்
காடுகளும் வெள்ளத்தில்

கோயிலில் இருந்த
குருவாயூர் அப்பன்
குளத்துக்குள் சென்று
குடியிருக்கப் போய் விட்டார்

தமிழ் நாட்டுக்கொரு சொட்டுத்
தண்ணீர் தர மறுத்த
கோபமோ? இயற்கை
கொந்தளித்துக் கொட்டியது

எப்படித்தான் நின்றதாம்
இந்தப் பேய் மழை?

யாரோ சொன்னார்கள்
கூரை மேல் மிதந்து சென்ற
ஒரு பாப்பா
வணங்கிப் பூ உதட்டால்
வானத்தைக் கேட்டதாம்:

'பசுவும் செத்துருச்சு
பாலுக்கு வழி இல்லே
வயலெல்லாம் அழிஞ்சுருச்சு
கஞ்சிக்கு வழி இல்லே
நில்லு நில்லு மழையே
நில்லு நில்லு மழையே'

தண்ணீருக்கே
கண்ணீர் வந்ததாம்
மழையும் நின்றதாம்
மலையாளம் பிழைத்ததாம்

பெயிண்டர் முத்துசாமி

ஐம்பது வயதானாலும்
பட்டுப் போல் தலை சீவி
இளமையாக்கிக் கொள்வதில்
தனித் திறமை முத்துசாமிக்கு

வர்ணங்கள் வைத்திருக்கும் அறையில்
நுழைந்ததும் வேறு மனிதராகி விடுவார்
அரை ட்ரவுசர், நிறங்கள் நிறைந்த சட்டை
சாய டப்பாக்கள், பிரஷ் வகைகள்

வெளியே வரும்போது
சனிக் கிரக மனிதராகி விடுவார்
ஜன்னல்களுக்குத் தோழன்
கதவுகளின் காதலன்

இயற்கைகூட இவர் கலக்குகிற
புதுப்புது வண்ணங்கள் கண்டு
நிறம் குழம்பித் தடுமாறும்

சாரங்கள் கட்டி
மாடியில் வண்ணம் பூசும்போது
சர்க்கஸ் கூடார உச்சி நினைவில்
நடுக்கம் என்னைக் குலுக்கும்

மாலையில் மறுபடியும்
தலை சீவிப் புது மனிதரானதும்
ஒரு கோப்பைத் தேநீர் தந்து
உரையாடினேன்:

'இத்தனை வர்ணம் அடிக்கிறீர்களே
முத்தண்ணா!
மணியம் செல்வன், மருது,
அமுதோன் மாதிரி
படமும் வரைவீங்களா?'

முத்தண்ணா வருத்தப்படாமல்
சிரித்தபடி சொன்னார்:
'இப்புடிக் கேட்டுட்டீங்களே தம்பி
அவிங்க செய்யறது வேற வித்தை
நாங்க செய்யறது அசுர வித்தை'

என் திகைப்பைப் பொருட்படுத்தாமல்
காலரைத் தூக்கி விட்டபடி
நடையைக் கட்டினார்
பெயிண்டர் முத்துசாமி!

நாணயம்

பழைய தகரப் பெட்டியைத்
திறந்து பார்த்தேன்
என் நன்றியின் கண்ணீர்த் துளிகளென
மூன்று நாணயங்கள்
மின்னிக் கொண்டிருந்தன

என் ஆசிரியர் அவர்
பள்ளிக் காலத்தில் தங்கலும்
உணவும் அவருடன்
ஒரு நாள் அவருடன் உண்டேன்
அவருக்குக் குழம்பு எனக்கு ரசம்
அவருக்குத் தயிர் எனக்கு மோர்
ஏனிப்படி என மனைவியைக் கேட்க
'வெடுக்'என அவர் விலகிப் போனார்

பாதி உணவில் எழுந்த ஆசிரியர்
கோபம் உச்சிக்கு ஏறப்
பிரியமாய் வளர்த்த பூந்தொட்டிகளை
சுக்கல் சுக்கலாய்ப் போட்டுடைத்தார்
'நம்மை நம்பி வந்தவன் அவன்'
என்று கர்ஜித்தார்

என் தகரப் பெட்டியில்
முதல் நாணயம் விழுந்தது.

●

வாழ்வின் ஒவ்வொரு அணுவையும்
வாய்மைக்கு என வகுத்தவர்
என் மற்றொரு ஆசிரியர்
மாணவர்களுக்கு எப்படிக்
கெடுதல் செய்யலாம் எனப்
பெரியவர்கள் கூடக் கடிதம் எழுதுவதாய்
ஒரு நாள் என்னிடம் மிகவும் வருந்தினார்

இன்று அவர் இல்லை
எழுதலாம் அவர் வரலாற்றை என்று
அவர் பிள்ளையிடம் கேட்டேன்
'அப்பாவுக்கு வந்த கடிதங்களை
நான் பார்க்க வேண்டுமே'
மகன் சொன்னார்:
'இறப்புக்கு முன்
கடிதங்களை அவர் நெருப்பில் போட்டு
எரித்து விட்டார்'

தீயவருக்கும் தீமை செய்யாதே
என்றொரு நாணயம் விழுந்தது
என் தகரப் பெட்டியில்.
●

பரபரப்பு மிக்க தி.நகர் தெருவில்
'தாய் மொழி கண் போன்றது
மற்ற மொழிகள் கண்ணாடி போன்றவை'
என்றொரு வாசகம் எனக்குள் தைத்தது
அதை எழுதி வைத்தவர்
அயல் நாட்டிலும் தொழில் செய்பவர்
'நன்றி' என்று
தன் பெரு மனைக்குப் பெயரிட்டவர்
கவிஞருக்கெல்லாம் கண்கண்ட பாரி
அறிஞருக்கெல்லாம் நந்தா விளக்கு
தமிழால் வாழ்வோரிடையே
தமிழாய் வாழும் தங்க மனிதர்

தாய்மொழிக்காக வாழ்வதே வாழ்வெனும்
நாணயம் விழுந்தது என் தகரப்பெட்டியில்!

அனுபவங்களுக்குச் சோதனை வந்தால்
அப்போதெல்லாம் திறந்து பார்க்க
தகரப்பெட்டியில் மூன்று நாணயம்!

காவல் மரம்

எங்கள் தெருவில் ஓர் அரச மரம்
வயது தெரியாது
இந்தக் குடியிருப்பு உருவாகு முன்பே
வானளாவ நின்ற மரம்

தெருவின் இரு புறமும்
மாடிகளில் வசிக்கும் மழலைகளும்
தொட்டு முத்தமிடத்
தோள் நீட்டும் மரம்

தேநீர்க் கடைக்கு நிழல்
இரு சக்கர வாகனங்கள்
இளைப்பாறும் ஓய்வில்லம்
விளம்பரத் தட்டிகள்
ஆணிக் காயங்களை அளித்தாலும்
ஏசு போல் மன்னித்து
விலாசம் தரும் கனவான்

குழாய் நீர் பிடிக்க வரும்
குடும்பத்துப் பெண்கள்
கிசுகிசுக்கும் செய்திகளை
இலைக் காதில் கேட்டு
இரகசியங்கள் காப்பாற்றும்

வழிப் போக்கர் ஓய்வாக
வேரில் அமர்ந்தபடி
பிடிக்காத அரசியலைப்
பேசுகின்ற போதிலும்
பிரியமாய்த் தலையசைக்கும்

காலொடிந்த ஆட்டுக்காகக்
கண்ணீர் விடும் புத்தர்கள் எவரும்
எங்கள் தெருவில் இல்லை

ஆனால் கௌதம புத்தரை
ஞாபகப்படுத்தியபடி கம்பீரமாக
நின்று கொண்டிருக்கிறது
அரச மரம் -
எமது காவல் மரம்!

இறக்கை மனிதன்

இறக்கைகள் உள்ள
ஒரு மனிதனைச் சந்தித்தேன்
மகிழ்ச்சியும் வியப்பும் குதிபோட்டன

'ஊர் எது?' என்றேன்
'கிளி மங்கலம்' என்றான்

'அப்பா பெயர்?'
'கழுகாசலம்'
'அம்மா பெயர்?'
'பரவை கண்ணம்மா'

எனக்கு ஏதோ புரிந்தது போலவும்
புரியாதது போலவும் இருந்தது
அவன் சிறகைத் தடவிக் கொண்டான்

'சரி உன் பெயர் என்ன?'
'மயிலப்பனுங்க'
ஏதோ ரகசியம் புரிந்தது போலப்
புலப்பட்டது
பறக்கும் மனிதனைக் கண்டுவிட்ட
பரவசக் குறுகுறுப்பு எனக்குள்!

'எவ்வளவு உயரம் எவ்வளவு தூரம்
பறப்பாய்?' என்றேன் ஆவலுடன்
விசித்திரமாய் என்னைப் பார்த்து,
'பறக்கவெல்லாம் மாட்டனுங்க
உங்களைப்போல வேகமா
நடப்பனுங்க' என்றான்

'அப்புறம் இறக்கை எப்படி?' என்றேன்
வெட்கம் மீதூர, 'அது பிறப்பிலேயே
கூட இருந்ததுங்க' என்றான்
ஏமாற்றத்தில் தலை கவிழ்ந்தேன்.

★

இறக்கை இருந்தும் பறக்காதவனுக்குச்
சிறகு பெரும் சுமை;
மனது இருந்தும் பறக்காதவனுக்குக்
கவிதை வெறும் சுமை!

பருவ மழை

இனியவைகளில்
பருவ மழை போல் இனிதாவது
எதுவும் இல்லை
அதற்கு ஒரு தனி ராகம்
தனி வேகம்!

குளங்களின் நீரில்
குளிர் மழை போடும் வட்டங்கள்
முடிவிலியாக விரிந்து விரிந்து
கரையின் அடியிலும் ஊடுருவும்

உச்சி மரங்களில் மயிலிறகாகவும்
கிளிச் சிறகாகவும் மெல்லென இறங்கி
அம்புலித் துளியென இலைகளில் தவழ்ந்து
பிஞ்சு முத்தாக மண்ணை முத்தமிடும்

விசிறிப் பனைகளில் சிறுபறை முழக்கி
தென்னந் தோகையில் நடனம் நிகழ்த்தி
நதிப் பளிங்கின்மேல் கோலம் இழைத்து
குடில்களின் மடியில் குழந்தையாகி
நெடில் எழுத்துக்களை வீதியில் எழுதும்

பருவ மழை ஒரு காதலி போல
வருமென நினைத்தால் வராமல் போகும்
வராதென்றிருந்தால்
வாசலில் வந்து கும்மி அடிக்கும்

கரும்புகை போல வானம் முழுவதும்
முகில்களின் முற்றுகை
சில்லென்ற காற்று; சிலிர்ப்புத் தழுவல்
சோ என ஒலித்துச் சுகலயம் தூவும்

வானம் பறக்க விடும்
இந்த ஈரக் கவிதைகளை
'விசும்பின் துளி' என்றான் வள்ளுவன்
'மா மழை' என்றான் இளங்கோ
'வெள்ளித் தாரை' என்றான் கம்பன்
'அமுத வயிரக் கோல்' என்றான் பாரதி

பருவ மழையின் இளந் தூற்றலை
உள்ளங்கையில் அள்ளிப் பார்த்தேன்

பிரபஞ்ச வெளியில்
பூமி பிரசவமான பொழுதில்
ஆதிப் பிரளய மாரி பொழிந்து
கடல் கொந்தளித்து
நதிகள் நுங்கும் நுரையுமாய்
ஊழிக் கூத்து நிகழ்த்திற்றே...

அந்த வெஞ்சினம் துளியும் இல்லை!
ஆருயிர் மருந்தாய்
பேருயிர்க் குலத்தின்
தாய்ப் பாலாகத் தளும்பிச் சிரித்தது!
மா மழை போற்றுதும்... மா மழை போற்றுதும்!

முகந்து தீராக் கடல்

ஒளிவும் மறைவும்

இந்தப் பெருவெளியில்
இப்போது பூக்கள் இல்லை
அங்கங்கே புற்றுகள்
ஆயிரம் கண்களோடு

பூக்குடலை போல் இருந்தாலும்
புற்றின் வாய்கள்
அச்சத்தின் கிணறுகளாய்த்
தெரிகின்றன

கரையான் கட்டியது என்கிறார்கள்
ஆனால் கருநாகக் குடிமனைகள்
அவையென்பதால்
அருகில் போக
அச்சம் கால்களுக்கு விலங்கிடுகிறது

தெரிந்தோ தெரியாமலோ
புற்றுக்களுக்குச் சிலர்
பாலூற்றி வழிபடுகிறார்கள்
மனதில் பயத்தை மறைத்தபடி

பட்டுச் சொக்காய் போல்
பக்கத்தில் கிடக்கும்
பாம்புச் சட்டைகளைக்
கும்பிடுகிறவர்களும் இல்லாமல் இல்லை

புற்றுக் கண்களில்
வேப்பிலை வைத்து,
பூ வைத்து, காவி பூசி,
விபூதி தெளித்து
எதையோ முணுமுணுத்து
மூன்று சுற்று வந்து
மெய் மறந்து நிற்கிறார்கள்
நம் ஊர்மக்கள்

அசல் நாகம்
பல்லில் மறைத்த நஞ்சோடு
காலுக்கு அருகில்
காத்து நிற்பதை அறியாமல்...

ஓர் அசுரக் கற்பனை

பூமி ஒரு நாள் புரண்டு படுத்தது
இமயம் கடலுக்குள் தலை முழுகிற்று
கங்கைச் சமவெளி காணாமல் போனது

மேற்கும் கிழக்கும் இருந்த
பாலை வனங்கள் பண்டை நாளென
ஆழிப் பேரலையின்அடி வயிறாயின

அரபிக்கடல் அகன்று விரிந்து
தார் பாலை வனத்தைத் தாயாய்த் தழுவி
சிங்க்கியாங் நோக்கிச் சிறகு விரித்தது

தென் திசைக் கடலில்
ஆயிரமாயிரம் ஆண்டுகள் முன்னம்
மூழ்கிப் போன குமரிக் கண்டம்
பொங்கி வரும் பெரு நிலவு போல்
மேலே மேலே எழலாயிற்று

வடக்கே ஊழி நர்த்தனம் புரியும் மாக்கடல்
தெற்கே பூப்பந்து போன்ற பூனையாய்
உருண்டு படுக்க
நிரம்பிய பாத்திரம் வழிவது போல
நிலத்தை உயர்த்திக் கீழே வழிந்தது
★

இத்தனை அமர்க் களத்துக்கும் தப்பி
நானும் நண்பனும்
மரகதத் தீவொன்றில் அடைக்கலமானோம்
தலையணைப் புத்தகம் ஒன்றில்
முகம் புதைத்திருந்தார் அவர்
அவருக்கென்ன, பசித்தால் புசிக்க
நண்டு ஆமை மீன்கள் உண்டு
மரக்கறி தேடிப் புறப்பட்டேன் நான்

ஆச்சரியம்!
சற்றுத் தொலைவில்
வகை வகையான பழ மரங்கள்
பழங்கள் பழங்கள் பழங்கள்
கிழங்களுக்கேற்ற பழங்கள்
பறித்தும் தின்றும் சுமந்தும் வந்தேன்

சரசரவென்று சத்தம் கேட்டது
இளநீர்க்குலையோடு தென்னையிலிருந்து
இறங்கிக் கொண்டிருந்தவர்... ஆகா!
இலக்கியச் சுவைஞர் கவிஞர்
இன்னொரு நண்பர்!

எதிர்பாராத சந்திப்பு
இனம் புரியாத பெருங் களிப்பு
ஆட்டம் பாட்டம் கொண்டாட்டம்!
வ.ரா.வின் கோதைத் தீவு போல்
மூன்று கவிஞர்களின் காலடிபட்ட
இந்தத் தீவுக்குக்
'கவிதைத்தீவு'
எனப் பெயரிட்டோம்

கொஞ்சநாள்
தீவை நிர்வகிக்கும் தலைவரானார்
முதல் நண்பர்; இரண்டாம் நண்பர்
உணவு அமைச்சர்;
அந்தத் தீவின் குடிமகன் நான்!

கடல் பின்வாங்கலாயிற்று
பழைய குமரி நிலம் மேலே எழுந்தது
நடந்தே தமிழகம் புறப்பட்டுவிட்டோம்

நண்பர்களே, உங்களைப்
பிரிந்திருக்க முடிந்தாலும்
உங்கள் கவிதைகளைப்
பிரிந்திருக்க முடியுமா?

பள்ளிக் காலம்

நதிகளின் அடியில்
நாகருலகம் இருப்பதாய்
பாரதம் படித்த சின்ன வயதில் நம்பி
என் கிராமத்து நதியின்
ஆழத்தில் மூழ்கித் தேடியிருக்கிறேன்

அபிமன்யு, நெப்போலியன் கதைகளை
அப்பாவுக்குப் படித்துக் காட்டிய
மெல்லிளம் பிராயத்தில்
அப்பா தேற்றத் தேற்ற மாலை மாலையாய்க்
கண்ணீர் விட்டிருக்கிறேன்

எருமை கழுவும் குளத்தில் குளித்து
கசங்கிய சட்டை டவுசர் தரித்தும்
இருகை விரல்கள் இற்றுப் போக
வாத்தியார் வீட்டுக்கு ரேஷன் அரிசி
மளிகை காய்கறிப் பைகள் சுமந்தும்
கேரள மண்ணில் தமிழுக்குத் தவித்தும்
பள்ளி வாழ்க்கை நகர்ந்து போனது

இனிப்பை உண்ண வாய்த்ததில்லை
சுவைப் பலகாரம் கண்டதே இல்லை
கல்லும் மண்ணுமாய்ச் சோறு தின்று
பல்லும் தேய்ந்து பாழ்பட்டுப் போனது

அந்த நாளிலும்
என்னைப் பேரின்பத்தில்
தள்ளியவை மூன்று

ஒன்று -
நாணு மாஸ்டரின் நகைச்சுவை வகுப்பு

இரண்டு -
மிச்சம் பிடித்த காசில் சந்தாக்
கட்டி வாங்கிய தமிழ்வாணனின் கல்கண்டு

மூன்றாவது
எப்போதாவது பைசா கிடைத்தால்
பள்ளி வாசலில் குஞ்சேட்டன்
இழைப்புளியில் சீவி
அழுக்குத் துணியால் குச்சியில் அழுத்திக்
கலர் இனிப்பு ஊற்றித் தரத் தர
எலும்புக் குருத்துக்குள்ளும்
இனித்துச் சிலிர்க்கிற
குச்சி ஐஸ்!

தீராப் புதிர்

மின் விசிறியின் இறக்கைகள்
வெட்டிக் கொண்டே இருந்தன
காற்றை...

உதிர்ந்து என்மேல்
விழுந்து கொண்டிருந்தது
காற்றா? காலமா?

வேண்டும்போது இயக்கவும்
வேண்டாமென்றால் நிறுத்தவும்
விசிறிக்கு இருப்பது போல்
காலத்துக்கும்
ஒரு மின் குமிழ் இருக்கக் கூடாதா?

காலம் விதியா?
ஆம்... இயற்கை விதி!
விதியின் வீதியில் நடக்க முயன்றால்
அண்டப் பெருவெளியின்
அதிசயப் பூவனம்
புதிய புதிர்களின்
மொட்டவிழ்க்கின்றது

காலம் நதியா?
மூலமும் முடிவும் உள்ள
எதுவும் காலம் அல்ல

விடுவிக்க முடியாத
விடுகதை காலம்
காலத்தை வென்று விட்டோம்
என்கிறார்களே...
முன்னும் பின்னும்
திரும்பித் திரும்பிப் பார்த்தால்
காலம் மென்று தின்று முடித்த
நாகரிகங்களையே
அகழ்ந்து பார்க்கிறோம் நாம்

என்றைக்கேனும் மனிதன்
காலக் குதிரைக்குக்
கடிவாளம் போடுவானா?

காலத்துக்கு உள்ளேயே இருந்து
காலமாகிற மனிதன்
காலத்துக்கு வெளியே நிற்கிற
காலம் வரும்போது

தோ.. தோ என்ற அழைப்புக்கு
வாலைக் குழைக்கும் நாய்க்குட்டி
ஆகலாம் காலம்!

காடு

அடிவானம் கீறும் கொம்புகளோடும்
தீக் கங்குகள் புகையும் கண்களோடும்
புதரிலிருந்து காட்டுப் பசு பாய்ந்த போது
அதன் வாலில் தொங்கியது காடு!

யானைக்கன்று நழுவ விட்ட மூங்கில்
ஓடையில் முழுகியெழ
ஊஞ்சலெனப் பற்றி மேல் ஏறும் மந்தி
கம்பூன்றித் தாண்டும் வீரனாய் மாறும்

கொம்புகளால் நிலம் கிளைத்துக்
கிழங்கு அகழ்ந்தெடுக்கும்
வனங்களின் ஆதிக் குடியான காட்டுப் பன்றி
யானையின் மூதாதை என்று நிரூபிக்கும்

தன்னிலிருந்து சுரந்து
தொலைப் பயணம் செல்லும் அருவியை
வழியனுப்பும் காடு பனித்து விசும்பும்
மகளைப் பிரியும் தாயெனத் தவிக்கும்

இரவில் புதிர்களின் உலகமாகும் காடு
பகலில் மாந்திரிகப் புத்தகமாய் விரியும்
அடர் வனம் முழுதும் அறிந்தவர் யார் என
ஏளனம் புரிந்து சிரிக்கும்
ஒரு காட்டுப் பூ

வா வால்மீகி!

அய்யோ... என் குலம்... என் குலம்...
என்று கேவிக் கேவி அழுதான்
புற்றுக்குள் இருந்த வால்மீகி

கோதுமை வயல்களிலிருந்து
ஒரு குரல் கேட்டது:
இத்தனை கரிசனமா உனக்கு?

இல்லையென்றால் அழுவேனா?
என்றான் வால்மீகி

வயல் சொல்லிற்று:
அத்தனை துக்கம் இருந்தால்
ஒன்று செய்
புது ராமாயணம் எழுது...
அதற்கு 'மனுஷி ராமாயணம்'
என்று பெயர் வை!

பயப்படாதே
ஏற்கெனவே புற்றில்
குடியிருந்து பழகியிருக்கிறாய்
சிறைச்சாலை என்ன செய்யும்?

முக்குறும்பு

உனக்கு வாய்க்கொழுப்பு
அதிகம்
திருவாயை மூடு
என்றது ஒரு குரங்கு

எதையும் பார்க்காமல்
கண்ணை ஒரு
கருப்புத் துணியால்
கட்டிக் கொள் என்றது
மற்றொரு குரங்கு

உங்கள் இருவர் பேச்சும்
கேட்க முடியாதபடி
இரு செவியும்
பொத்திக்கொண்டேன்
என்று தியானத்தில்
ஆழ்ந்தது மூன்றாம் குரங்கு

காந்தியார் முகம்
கவலையில் குளித்தது

அண்ணலின் பிறந்தநாள்

எந்தாய்!
புத்தலிபாய் புத்திரனே
கஸ்தூரி நாயகனே

நீ பிறந்த நாளுக்கு
முன்னதாக
நீதிக்கு நினைவு நாள்
வந்துவிட்டதே

நீ எங்கள் கோயில்
எழுபத்திரண்டு ஆண்டுகள் முன்
ஜனவரி முப்பதில்
உன்னை இடித்த கை
இன்னும் இடிப்பதைக்
கை விடவில்லை

கடப்பாரையும் கையுமாக
நீதி மன்றங்கள் முன்
நின்று கொண்டிருக்கிறதே

நாங்கள்
இடிந்த கோட்டைகளின்
இருட்டுக்குக்
காவலும் ஏவலும் புரிகிறோம்

விடிகிற போது விடியட்டும்
அது வரை
மனம் இடியாமல் இருக்கட்டும்!

வேறு உலகம்

ஒரு கண்ணாடிப் பெட்டகத்தில்
பரிசோதனைப் பூச்சியாய்
என்னை வைத்துக் கடலுக்கு அடியில்
மிதக்கவிட்டார்கள் மூன்று மாதம்!

என்ன வியப்பு! ஏழை மனிதருக்கு இல்லாத
உணவிருந்தது; கழிப்பறையும்கூட இருந்தது
மூச்சு விட உயிர் வளி,
படிக்கப் புத்தகங்கள், படம் பிடிக்கக் கருவி,
பார்க்கத் திரைப் படங்கள்
எல்லாமிருந்தன மனிதரைத் தவிர!

அரசியல் நீசம் இல்லை
சட்டம், போராட்டம், சிறை வாசம் கிடையாது
சாலை, வெயில், புழுதி, சந்தை இரைச்சல்,
சாக்கடை, தேர், திருவிழா, சாமி, சப்பரம்,
குருக்கள், கோயில், கொள்ளை, ஊழல்
எதுவுமே இல்லை.. எத்தனை பேரின்பம்!

கண்ணாடிப் பெட்டகத்துள்
ஒதுக்குப் புறமாய் ஒரு பிணம் கிடந்தது
அதன்பெயர் காலம்!

கண்ணாடிப் பெட்டகத்தைக்
காக்கும் மற்றும் ஒரு
கண்ணாடிக் கோட்டையாகக் கடல்!
அதனுள்ளே பல நூறு வண்ணக் களஞ்சியங்கள்

தாவரங்களாக ஊஞ்சலாடும்
நிறங்களை,
ஏழு ஸ்வரங்களை மிதக்கவிட்டது போல்
காணக் கிடைக்காத வாண வேடிக்கை போல்
மீன் குஞ்சுகளின் அட்டகாசம்!

சில நேரம் காவல் மறவர்கள் போல்
கொம்புச் சுறாக்கள் வரும்
திமிதமிடும் திமிங்கிலங்கள் வரும்
திருநாவுக்கரசர் போல் இருப்பேன்
'அஞ்சுவது யாதொன்றும் இல்லை
அஞ்ச வருவதும் இல்லை'

ஆனாலும்
கொஞ்சக் குழந்தை இல்லை
கூத்தடிக்க நண்பரில்லை
கூவக் குயில் இல்லை
கொஞ்சம் இளைப்பாறப்
பச்சைப் புல் வெளி இல்லை
பாடி வரும் நதி இல்லை
பரிதி இல்லை நிலா இல்லை
வானமே இல்லையென்றால்
மேகமில்லை, அமுத மழை இல்லை!

எப்போது எப்போது
ஏணி வைத்து ஏறி
என் சொர்க்கம் காண்பேனோ!
துயரங்கள் மத்தியிலும்
என் உலகே பரமபதம்!

ஈரம் கசிந்த பாலைவனம்

ஏகாந்தப் பாலைவனம்
எல்லையற்ற மணல் பரப்பு

கடல் அலையில் நீந்துதல் போல்
மணல்அலையில் நீந்துகிறேன்
துடுப்புகளால் நீரை விலக்குதல் போல்
கரங்களால் மணல் விலக்கி மணல் விலக்கி
முகக் கண்களுக்கு இணையாய்
நகக் கண்களிலும் கசிந்தொழுகும் குருதி

கனல் பழுத்த மணல் கீறிச்
சின்னாபின்னமான உடைக் கிழிசல்களில்
சூரியக் கதிர்க் கத்திகள் இரத்தம் குடிக்கும்
அது ராணுவச் சீருடையென்று
அஞ்சுவார் இங்கே யார்?
விமானப் படை வீரனென்றால்
எரிதழல் மணல் துகளும்
விழுந்து விழுந்து சிரிக்கும்.

பொன் நாட்டுக்கும் மின் நாட்டுக்கும்
மூண்ட கடும்போரில்
வெடித்துச் சிதறிய விமானத்திலிருந்து
குடை மிதவையில் இங்கே
குற்றுயிராய் விழுந்த பொன் நாட்டு
வீரன் நான்; பாலைவனத்துக்கு
வாய்த்திருக்கும் இரை நான்!

சூரிய மையத்தில் காய்ச்சியதெனத்
தொண்டையில் வெப்பக் கொப்புளங்கள்
நாக்கு வறண்டு இன்னொரு பாலைவனமாகிறது
மணல் காடு எனக்குச் சுடுகாடா? இடு காடா?

என்ன அது-பாம்பா? இங்கும் உயிரினமா!
ஊர்ந்து செல்லாது ஓரடிக்கு ஓரடி தாவுகிறது
தாக்குதலில் சிக்காமல் எலி ஒன்று பதுங்குகிறது
நாடுகளிடையே போர், உயிர்கள் இடையிலுமா?

கண்கள் சிவந்து காற்றாடியாய்ச் சுழல
உச்சிவெயில் நெருப்புத் துப்ப
எப்படி வந்தது இருட்டு? ஓ ஓ ஓ
மயங்கிச் சரிந்தேன் நான்...

★

எரி தழலில் எலும்பு கருக இருந்தவனை
எடுத்துக் குளிர் நிழலில் கிடத்தியவர் யாரோ?
மெல்லக் கண் திறந்தேன்; ஒரு கூடாரம்
பல கண்கள் என்னையே
கவலையுடன் பார்த்திருக்க
பச்சை ராணுவ உடையில் ஒரு வீரன்
பரிவுடன் பேரீச்சம் பழமும்
திராட்சை ரசமும் ஊட்டினான்
என் இமைகளில் ஈரம்!

'நீங்கள்...'என்று குழறினேன்; சொன்னார்கள்:
'உங்கள் பகைவர்கள்..மின் நாட்டுப் படைவீரர்!'
நான் கேட்டேன்: 'கைகளிலே துப்பாக்கி
கண்ட துண்டமாய் என்னைச்
சுட்டுப் பொசுக்காமல் காப்பாற்றியது ஏன்?'

மூத்த ஒரு வீரன் முன் வந்து சொன்னான்:
'நாட்டுக்கும் நாட்டுக்கும் சண்டை
எனக்கும் உனக்கும் என்ன சண்டை?
களத்தில் கண்டிருந்தால் சுட்டிருப்போம்..
கையில் ஆயுதம் இல்லாமல்
மெய்நொந்து புண்ணாகி வந்த உன்னைக்
காப்பாற்றாமல் போனால்
மனிதர்களா நாங்கள்..?'

'இளைப்பாறு இப்போது...
உரிய நேரத்தில் உன்னவரிடம் சேர்ப்போம்
விடை கொடு... நண்பனே.
போர்க்களம் அழைக்கிறது!'

தலைமுறைகள்

'கடுகு சிறுத்தாலும் காரம் போகாது'
என்றான் இளைஞன்
'ஆனால் இனிப்பது பழம்தானே'
என்றார் பெரியவர்

'சிறு துளி பெரு வெள்ளம்'
என்றான் சிறியவன்
'ஒரு துளி விஷம் பரவாயில்லையா?'
என்றார் முதியவர்

'அணுவின் ஆற்றல் அறிவீரா?'
இப்படிக் கேட்டான் பொடியன்
'ஹிரோஷிமாவில் விசாரித்துப் பார்'
பதிலளித்தார் மூத்தவர்

'வைரம் சிறிது; மதிப்புப் பெரிது'
கெக்கலித்தான் இளம்பிள்ளை
'உயிரைப் பணயம் வைப்பவன்
உழைப்பை விடவா?' என்றார் வயதானவர்

'ஊசியைக்கூடவா இகழ்வீர்கள்?'
கொதித்தது இளசு
'கலப்பையின் கூர்மை அறிவாயா நீ?'
கவுரமாகக் கேட்டது பெரிசு

மூத்ததும் இளையதும்
முட்டி மோதுகையில்
ஒரு குரல் கேட்டது கணீரென்று
‘நான் இருப்பது மறந்து விட்டதா?’

இருவரும் திரும்பிப் பாரக்க
குமரியும் அல்லாத கிழவியும் அல்லாத
ஒரு மங்கை நின்றிருந்தார்
திடீர்ப் பிரசன்னமாக !

இரு கையும் கூப்பி நின்றனர்
இளசும் பழசும்...

ஒருவருக்கு
அவர் துணைவி
இன்னொருவனுக்கு
அன்னை!

கண்ணாடி பிம்பங்கள்

இரவுப் பொழுதில்
வானக் கண்ணாடியின்
உடைந்த சில்லுகளை
நட்சத்திரங்கள் என்கிறோம்
பகலில் கிழக்கில் ஊதும் உலையில்
நீலக் கண்ணாடியாய்த்
தன்னைப் புதுப்பித்துக் கொள்கிறது வானம்

வனதேவதைகளுக்கு
முகம் பார்க்கும் கண்ணாடியாய்
தேவதைகளின் முகம் பார்த்த போதையில்
மெல்ல நகர்கிறது ஓடை
பாறையின் விளிம்பு தொட்டதும்
கண்ணாடிப் பூக்களாய் உதிர்கிறது
அருவி என்று குதூகலிக்கிறோம்

உச்சியில் அமர்ந்த தோகை மயில்களெனத்
தலை விரித்த தென்னந் தோப்புகளும்
மரகதம் இழையும் நெல் வயல்களும்
இரு புறமும் கைகூப்ப
வளைந்து நெளிந்து குழைந்து குதித்து
உருகிய கண்ணாடியாய் ஓடுகிறது நதி

கரையோரங்களில் பச்சைக் குடைகளென
அடர்ந்து செழித்திருக்கும் சேம்புகளின்
தாம்பாள இலைகளில் தெறிக்கும்
பெரிய கண்ணாடித் திவலைகள்
கோலிக்குண்டுகளாகவும்
சிறியவை முத்துக் குட்டிகளாகவும்
அபிநயம் பிடிக்கும்

ஓடி விரைந்தோடி
ஏதோ ஓர் பெரும் பணியில் இணைந்து விட
கண்ணாடிப் பாம்பாய்ப் பாயும் நதி
கடலில் கலக்கிறது
வானம் முகம் பார்த்துக் கொள்ள
கரும்பச்சைக் கண்ணாடியாக
மின்னி ஜொலிக்கிறது கடல்

உள்ளும் புறமும் ரகசியமில்லாத
கண்ணாடியாகிறது இயற்கை
இயற்கையின் அரிய படைப்பாய் இருந்தும்
ஏனோ இறுகிக் கருங்கல்லாக
மாறிப் போனான் மனிதன்!

மரணம் நமது தோழன்

கனவுகளால் வேட்டையாடப்படும்
நள்ளிரவு உறக்கத்தில்
சட்டென விழிப்பு வந்தது
மனதுக்குள் ஒரு பாடலின் ரீங்காரம்

   "மரணம் நமது தோழன்
   பிறவி முதல் உடனிருந்து
   நேசம் பூண்டு நேரம் பார்க்கும்
   மரணம் நமது தோழன்"

செவிகளுக்குக் கேட்காமல்
ஆத்மாவுக்குள் அந்தரங்கமாய்
ரகசியமாய் ஒலிக்கும் பாடல் இது

சாலையில் ஒரு விபத்து
எதிர்பாராமல் அங்கு நிற்கிறேன்
மனதில் ஒலிக்கிறது: மரணம் நமது தோழன்...

இந்திய அணுவியலின் தந்தை
ஹோமி பாபா பயணித்த விமானம்
ஆல்ப்ஸ் பனிக்குள் புதைந்தழிந்தது-
ஜவகர்லால் மறைந்தது, அண்ணாவை இழந்தது,
வாழும் மகாத்மா கலாமைப் பறிகொடுத்தது,
என் ஆருயிர்ப் புதல்வனை இளம் பருவத்தில்
எதிர்பாராத தருணத்தில் பிரிய நேர்ந்தது
எனத் துயரம் என்னைத் துவம்சம் செய்த
எல்லாப் பொழுதிலும் எனக்குள் ஒலித்தது:

"மரணம் நமது தோழன்
பிறவி முதல் உடனிருந்து
நேசம் பூண்டு நேரம் பார்க்கும்
மரணம் நமது தோழன்..."

நெல்லை நகரில் ஒரே ஒருமுறை
எனக்குப் பொன்னாடை போர்த்திக்
கட்டித் தழுவிய கான கந்தர்வன்
பாடும் நிலா தன் இசை உலாவை
நிறுத்திக் கொண்ட போது மீண்டும் ஒலிக்கிறது:

மரணம் நமது தோழன்
பிறவி முதல் உடனிருந்து
நேசம் பூண்டு நேரம் பார்க்கும்
மரணம் நமது தோழன்...

★SPB மறைவு தந்த கவிதை (25/09/2020)

கடைசி மனிதன்

ஆளரவமற்ற இருட்டுக் குகை
அச்சுறுத்த விலங்குகள் ஏதுமில்லை
வேங்கை வெந்து சாம்பலாய்க் கிடக்கிறது
கரி நூலாய்ப் பாம்புகள் எரிந்து கிடக்கின்றன

உடம்பெல்லாம் இரத்தம் ஊறும் சுனைகளாய்
உடைகள் கிழிந்து தொங்கும் அவலமாய்
எத்தனை நாளாய் இங்கே இருக்கிறேன்
எதுவும் தெரியாது
மூன்று மாதமோ மூன்று வருடமோ..?
காலம் என்பது முகந்து தீராக் கடல்தானே!

எப்போதாவது வெளியே எட்டிப் பார்த்தால்
சிவப்புப் பந்தாய் சூரியன் சுடுவேன் என்கிறான்
இமைகள் கரிந்த கண்கள் எட்டும் தொலைவு வரை
நெருப்புப் பிழம்புகள், சாம்பல் மேடுகள்,
அடர் வனம்... அழுகை வருகிறது... சுடுகாடாய்
அனல் வனமாய் எரிக்கிறது

எப்படிப் பிழைத்தேன்? தெரியாது...
எப்படி உயிர் வாழ்கிறேன்?
தின்னக் கரப்பான் பூச்சிகள், காளான்கள்
குகைக்குள் அவற்றோடு சின்ன நீரூற்று!
வேறு எங்காவது மனிதர் பிழைத்திருப்பார்களா?
எனக்கு அழுகையிலும் சிரிப்பு வருகிறது
முன் ஒரு காலத்தில் செவ்வாயில் மனிதர்கள்
இருப்பார்களா என்று தேடினோமே
இப்போது பூமியில் மனிதர்களைத் தேடுகிறேனே!
மூளையில் நினைவுகளின் நெரிசல்

சிற்பி

மூன்றாம் உலகப் போர் மூளலாம் என்று
பத்திரிகைகள் பயமுறுத்திய ஞாபகம்
அணு ஏவுகணை எங்கிருந்து எதை நோக்கிப்
பாயந்ததோ உயிரனைத்தும் மாய்ந்ததோ
நோக்கும் திசையெல்லாம் பேய் நெருப்பு...
வேகிறது.. வேகிறது.. பூமியெல்லாம் வேகிறது

சபித்தேன் ஐன்ஸ்டைனை, ஆப்பன் ஹீமரை
முதல் அணுகுண்டு போட்ட ட்ரூமனை
தேசங்கள் தோறும்
அணு விஷம் கண்ட விஞ்ஞானிகளை..
பூண்டற்றுப் போனதே என் குலம்

சாக்ரடீஸ், வள்ளுவர் பிறந்த இனம்
வால்டேரை, வான்கோகை,
இராசராசப் பெருந் தச்சனை,
காந்தியை, காரல் மார்க்சை ஈன்ற இனம்
நபிகளை நாவுக்கரசை நல்கிய இனம்
பாரதியை, ஷெல்லியைப் படைத்த குலம்
அத்தனை பேரையும் ஒருபிடி சாம்பலாக்கிய
அசுரர்களைச் சினந்தேன்

பச்சைப் பசும் மரங்கள், பாடும் இளங்குயில்கள்
கானகங்கள், நகரும் மலைகளான யானைகள்,
சிற்றெறும்பு, செம்பருத்தி, சிட்டுக் குருவிகள்
பட்டுப் பூச்சிகள், பழந் தின்னும் அணில்கள்
எல்லாம் நரகத் தீயில் நாசமானதே
அணு அடுப்பில் பூமியே விறகானதே
சோகம் பிழிந்தெடுத்த சக்கையானேன்

மறுபடி பூமியில்
ஒரு மனிதன் பிறப்பானா?

ஆனது ஆகட்டும் என வெளியே வந்தேன்.
மனிதரில்லாத மண்ணை நினைத்து
உயிரின் அடிக்குருத்து வரை நொந்து நொந்து
விம்மி விம்மி ஓங்கிக் குரலெடுத்து அழுதேன்.

தேடுகிறேன் தேடுகிறேன்
வலுவுள்ள ஒரு மரக் கிளையை.
கழுத்துக்கு ஏற்ற
ஒரு காட்டுக் கொடியை..

பதில் மறுக்கப்பட்ட கேள்வி

கருவறையின் கதவைத் தட்டி
குழந்தை கேட்டது:
'நான் வெளியே வரலாமா?'

பிறக்காத குழந்தையின் மொழி
அம்மாவுக்குத்தானே தெரியும்!
அதனால் கனிவுடன் சொன்னாள்:
'இன்னும் நாள் இருக்கிறதென்று
டாக்டர் சொல்லியிருக்கிறார் கண்ணே'

'ஆசையாய் இருக்கிறதம்மா
வந்து விடுகிறேனே'

'எதற்காக இத்தனை அவசரம் செல்லம்?'

'எத்தனை நாள் உன்னை
உதைத்திருக்கிறேன்?
உன் முகத்தைப் பார்த்து
முத்தமிட வேண்டுமே'

'எனக்கு மட்டும் ஆசை இல்லையா?
மடியில் வைத்து முத்தமிட
உன் அழகு முகம் பார்க்க
தலை கோத, தங்க முகத்தில்
பொட்டு வைத்து உச்சி முகர,
குறுகுறுக்கும் மார்பு சிலிர்க்கக்
கொஞ்சிக்கொஞ்சிப் பாலூட்ட
எனக்கு மட்டும் ஆசை இல்லையா?'

'அதற்கில்லை அம்மா..'

'பின்னே எதற்கு?'

'எனக்கு..எனக்கு..
அப்பாவையும் பார்க்க ஆசை'

அம்மா மௌனமானாள்
விம்மல் ஒரு கூழாங்கல்லாய்த்
தொண்டையில் சிக்கிக் கொண்டது.
உடல் பதறிக் குலுங்கியது.

'அம்மா...அம்மா..'
குழந்தை கூப்பிட்டுச் சோர்ந்தது.

கருவுற்ற தன்னைக் கைவிட்டு
இன்னொருத்தி வீட்டில்
இருப்பதென்று போய்விட்ட
அவனைப் பற்றி எப்படிச் சொல்வது?

இன்று அவர் வரவில்லை

தருமலிங்கம் வீதி வழியாகக்
கிழக்கே வந்து ஆசாத் தெருவில்
நடைப்பயிற்சிக் கிழவர் திரும்பினால்
வாசல் தெளிக்கும் பெண்கள் அறிவார்கள்
காலை ஆறு மணி என்று.

வீதிச் சந்திப்பில் புதிதாய்
யாரோ பால் கடை வைக்க
வியாபாரம் சூடு பிடித்தது
சில நாட்களாய் இளம்பெண் ஒருத்தி
பொறுப்பில் நடந்தது.

நேற்று தீப்பிடித்தது போல் கூட்டம்...
பால்காரி பயங்கரக் கொலை
உடல் சாக்கடையோரம்
ஈக்கள் மொய்க்க இரத்தச்சகதியில்...

காவல் துறை அந்தத் தெருவின்
ஆண் பெண் குழந்தைகளையும் பிடித்தது.
யாரோ சொன்னதால் கிழவரும் கைது
பகலில் இரவில் மறு நாளிலும்கூட
விசாரணை தொடர்ந்தது.

கிழவரைப் பிடித்து உலுக்கி அறைந்து
பார்த்ததைச் சொல்லடா என்றனர்.
நலிந்து கிடந்த கிழவர் சொன்னார்:
'அவள் பார்க்கத் தக்க அழகியும் அல்ல
எனக்கு அப்படிப் பார்க்கும் வயதும் அல்ல'
குண்டாந் தடியால் காலில் தாக்கினான் ஒருவன்

முகந்து தீராக் கடல்

காதோடு சேர்த்து அறைந்தான் ஒரு காவலன்
ஓடிவந்த காவல் ஆய்வாளர்
முழங்கை மடக்கி முதுகைப் பிளந்தார்

மறு நாள் இரவும் விசாரணை தொடர்ந்தது
விடியற் காலையில் கிழவர்
குப்புறக் கிடந்தார் இரத்தம் கசிய...

இனி அவரை விசாரிக்க முடியாது
இரட்டைக் கொலையில்
ஒரு கொலைக்கு மட்டும் துப்புக் கிடைத்தது!

ஆசாத் தெருவில்
ஆறு மணி வந்தது; கிழவர் வரவில்லை

இழையும் இசை

ஒரு நாள் இரவு
பெருகி வெள்ளமாய்ப் பாய்ந்தது
நிலவு

மெல்லிய பொன்னிழை ஒன்று
அதிர்ந்து துடிப்பது போல
ஒரு வீணையின் சாரங்கதரா ராகம்
நறுமணப் புகையென இழைந்தது

விண்வெளி எங்கும்
ஆயிரம் தேவதைகளின் நடனம்

நாவைக் குழைத்துப் பசுங் கன்றுகளை
நக்கிக் கொடுத்தன தாய்ப் பசுக்கள்

மின்னல் துணுக்குகளென
அரசிலைகள் ஏந்திய கிளைகள்
ஆலாபனைக்கு ஏற்ப நோகாமல் அசைந்தன

மனிதர்களின் தூக்கம்கூட
ஒரு மாய அனுபவத்தில்
சொக்கிக் கிடப்பதாய் ஒரு பிரமை

தண்ணீர் சேந்தும் கிணற்றில்
கயிற்றையும் குடத்தையும் மறந்த ஒருத்தி
துகில் சோர நின்றாள்

சதா பிதற்றிக் கொண்டிருக்கும்
ஒரு சத்திரத்துப் பைத்தியம்
ஊமையாகி உறங்கத் தொடங்கினான்

காலம் தவறாத வைகறைகூட
நடை குழைந்து மெலிந்து
அடிகள் தயங்கி மயங்கலாயிற்று

மாணிக்க வீணை தாங்கிய கரங்கள்
எப்போது ஓயுமோ?
பொழுது எப்போது விடியுமோ?
அறிவார் யார்?

ஆதி

படைப்பின் இரகசியம் என்ன
என்று விதையிடம் கேட்டேன்

எனக்கென்ன தெரியும்
பழத்திடம் கேள் என்றது விதை
பழத்திடம் கேட்டேன்

பூவுக்குத் தெரியும் என்றது பழம்
ஒன்றுக்கு இரண்டாய்ப் பூக்களிடம் கேட்டேன்
மரத்தைக் கைகாட்டின பூக்கள்

மரத்திடம் மிகுந்த மரியாதையுடன்
கேட்டதும் மரம் தலையைச் சொரிந்தது
கால அவகாசம் கேட்டது

கெடு முடிந்ததும் மரத்தை நாடினேன்
தயங்கித் தயங்கி மரம் சொல்லிற்று
வேரைக் கேட்கலாமே

குழம்பிக் கொண்டிருக்காமல்
வேர் மொழிந்தது: எனது பூர்விகம்
விதை..விதை...விதை!

தெளிவு

யாரோ எதற்கோ கொடுத்த
வெள்ளைக் காகிதத்தை
கால் சட்டைப் பையில்
மறந்து வைத்துவிட்டேன்

பிறகொரு நாள்
நடைப் பயிற்சியின் போது
எடுத்துப் பார்த்ததும் வியந்து போனேன்
வெயில் பட்டதும் காகிதத்தில்
எழுத்துக்கள் தெரிந்தன:
'உலகின் கடைசி எல்லை
எட்டும் வரையில் நடந்து கொண்டே இரு'

படபடப்படைந்து பையில் செருகினேன்
மதிய உணவு சாப்பிட்டு முடித்து
புகை பிடிக்க மாடிக்குப் போய்த்
தீக்குச்சி உரைத்து சிகரெட் கொளுத்தியதும்
காகிதத்தை மீண்டும் படிக்கத் தோன்றியது
சிகரெட் வெப்பத்தில் வேறு எழுத்துக்கள் தெரிந்தன:
'எரி, எரி,
எல்லாருக்கும் வெளிச்சமாகும்படி
எரிந்துகொண்டே இரு'

இது என்ன மாயம் என்று மறுபடியும்
பையில் வைத்தேன்; இரவுப் பொழுது..
மின்சாரம் போனதால் வியர்வை துடைக்கப்
பையில் கைவிடக் காகிதம் கிடைத்தது
எதிர்பாராமல் மின்சாரமும் வர,
கணினியில் முகநூல் திறந்தேன்

நண்பனின் ஒரு படப்பதிவு
விசித்திரமான ஒரு விலங்கு
சிவந்த கண்களின் நடுவில் கரும்புள்ளி
'இன்னொரு முறை உற்றுப் பார்'
என்று சொல்வது போலப் புலப்பட்டது

காகிதத்தைக் கணினி ஒளியில்
மீண்டும் பார்த்தேன்:
'உலகைப் பார்த்தது போதும் போதும்
உள்ளே பார்' என எழுதியிருந்தது
காகிதத்தைக் கை நழுவ விட்டேன்
உள்ளே என்றால் என்னவென்றறிய
அகராதி முதல் அகிலம் வரை
தேடித் தேடி இன்னும் தெளிவு வரவில்லை

தெளிவு வரும்போது சொல்லலாமென்றால்
அப்போது உங்களை எல்லாம்
தெரியுமோ என்னவோ!

மகாகவி பாரதி
99ஆவது நினைவு நாள்
12-செப்டம்பர்-2020

தலைப் பாகைத் தமிழனே
உனக்கென்ன கவலையே இல்லாமல்
ஆனந்த சுதந்தரம் அடைந்து விட்டோம்
என்று கண்ணை மூடிக் கொண்டு
சொல்லி விட்டு மகராசனாகப் போய் விட்டாய்!

நீ
தமிழரின் கண்ணின் மணி
அதனால் தமிழ்நாட்டை வைத்துத்தான்
உன் கனவுகளைக்
கணக்குப் பார்க்கிறோம்
இந்தியா என்னவோ இரண்டாம் பட்சம்தான்

ரௌத்திரம் பழகு என்றாய்
பழகினாலே சிறைவாசமென்றால்
பேசுவது எப்படியோ?
இதைவிடத் தந்திரம் பழகு
என்று நீ சொல்லிக் கொடுத்து இருக்கலாம்

வேறு வேறு பாஷைகள் கற்பாய் நீ
வீட்டு வார்த்தை கற்கிலாய் போ போ என்றாய்
சொந்த மொழி கற்க வக்கில்லாத எங்களை
நாட்டை விட்டே போகச் சொல்கிறாயா?

தண்ணீர் விட்டோ வளர்த்தோம்
என்று நீ கேட்டதன் பொருள்
மற்ற மாநிலத்தாருக்கு நன்றாகப் புரிந்துவிட்டது
தண்ணீர் விட்டால் தொலைந்தோம்
என்று நன்றாய்ப் புரிந்து கொண்டார்களே

ஜாதிச்சண்டை போச்சோ-உங்கள்
சமயச் சண்டை போச்சோ
எவ்வளவு தீர்க்க தரிசனம் அய்யனே உனக்கு?
அதைப் போக விடுவோமா? போற்றிக் காக்கிறோம்

பள்ளித் தலமனைத்தும் கோயில் செய்குவோம்
என்பதன் பொருள்
பள்ளி வாசலைக் கோயில் செய்வதே என்பவர்கள்
உன் அல்லா பாட்டையும்
உன் இஸ்லாம் மார்க்கத்தின் மகிமையையும்
படித்திருப்பார்களா?

அச்சமும் பேடிமையும் அடிமைச் சிறுமதியும்
இப்போது எங்களுக்கு இல்லை
அதற்காக யாரேனும் வெட்கப்பட வேண்டுமென்றால்
எங்கள் ஊடகங்களைச் சொல்லலாம்
நாங்கள் அதையெல்லாம் நம்புவதை விட்டுவிட்டோம்

ஆனந்த சுதந்தரம் உன் கனவு
எங்களுக்கும்தான்!

ஆனந்த சுதந்தரம் உன் கனவு
எங்களுக்கும்தான்!

வாக்குமூலம்

மண்ணில் எழுதித்
தப்பும் தவறுமாய்த் தமிழ் படித்தேன்
அரை டவுசர் வயதில்
அற்ப சொற்பமாய் மலையாளம் படித்தேன்

அடி உதவுவது போல்
அண்ணன் தம்பி உதவ மாட்டான்
என்பதால் ஆங்கிலம் படித்தேன்
கடைசி வரை ஒரு சுக்கும் தெரியாமல்
கணிதத்தில் அலைக்கழிந்தேன்

கதை தெரியா வயதில்
காவியம் படித்தேன்
யாப்புப் புரியாமலே துணிச்சலாய்ப்
பாப் புனையத் தொடங்கினேன்

இலக்கணம் துளியும் கற்காமலே
தமிழ் முது கலைக்குள்
தவறி விழுந்தேன்
கம்பனைக் கற்க முயன்று
ஆயிரம் தடவை இடறி விழுந்து
இடுப்பு முறிந்தது யாருக்கும் தெரியாது

அடுப்புக்குள் வைத்த விறகு போலக்
கல்வி நெருப்பில் கரியாய் எரிந்து
சாம்பலானது என் சரித்திரச் சாதனை

பல நூறு முறை மேடைகள் ஏறி
வெந்தும் வேகாமலும்
குழம்பியும் கலங்கியும்
மூச்சுத் திணறிய என் அவஸ்தைகளைச்
சொற்பொழிவென்பது அபத்தம் அபத்தம்!

சப்பைகளைப் பலர்
அற்புத உரையெனக் கொண்டாடியதும்
குப்பைகளைச் சிலர்
மகா கவிதை என்று புகழ் மொழி புகன்றதும்
தெனாலி ராமன் கதையன்றி வேறில்லை

பல்கலைக்கழகம் வரையிலும் உயரந்தது
மந்திர வித்தையோ மகேந்திர ஜாலமோ
எனக்குத் தெரியாது

கம்பீரமாக ஓய்வும் பெற்றுக்
காலம் கழிக்கும் நான்
இன்றைக்கும் உணர்கிறேன்
ஒன்றாம் வகுப்புப் பிள்ளையாகவே.

பட்டிக்காடு

வாதுமை மரம் உதிர்த்துக் கொண்டே
இருக்கும் இலைகளை.
ஒன்று போல் மற்றொன்று இருக்காது
ஒவ்வொன்றும் ஒவ்வொரு வண்ணம்
பழம் தின்றால் வாய் தாம்பூலம் தரிக்கும்

வேப்ப மரம் பழங்களை உதிர்க்கும்
இனிக்கும் கசப்பு மணத்தோடு
இலைகள் கிளைகளின் உச்சிகளில்
காய்ந்து துளிர் விடும்

புளிய மரத்தில் அதிகமும் உதிர்வது
சில்லுகளும் குச்சிகளும்தான்
காய்ப்புக் காலத்தில்
இளம் பச்சைப் பழங்கள் அத்தனை ருசி

உங்களுக்குத் தெரியுமோ என்னவோ
அழிஞ்சி மரத்தில் பழங்கள்
ரோஜாப் பூ உருண்டாற் போலிருக்கும்
தின்றால் இனிக்கும் ஆனால்
வெங்காயமாய் நாறும்

நாட்டு மா மரத்தில்
ஒளிந்திருக்கும் காய்கள்
முகப் பழமாய்க் கிடைக்கும்
உப்புத் தூள் தொட்டுக் கொண்டால்
உயிருக்குள் வெறியேற்றும்

இந்தப் பட்டிக்காட்டுச்
சுவைகள் வேண்டுமானால்
பட்டினவாசிகள்
வௌவாலாய்ப் பிறக்க வேண்டும்
அடுத்த பிறவியில்!

புத்தகம்

ஒரு புத்தகம் உன் கையில் கிடைத்தால்
முதலில் என்ன செய்வாய்?

புத்தகத்தின் அட்டை அழகில்
ஆழ்ந்து போவாயா?
புறஞ் சுவர் கோலம் செய்பவன் நீ

முதல் பக்கத்தில் லயித்து விடுவாயா?
கண்டதும் காதலிப்பவன் நீ

விலை என்னவென்று தேடிப் பார்ப்பாயா?
பணம் காக்கும் பேய் நீ

உள்ளடக்கத்தை மீண்டும் மீண்டும்
புரட்டிப் புரட்டிப் பார்ப்பாயா?
தலைப்புகளை மட்டும் படித்து
எல்லாம் படித்ததாய் நடிக்கப் போகிறவன் நீ

பரபரவென்று கடைசிப் பக்கத்தை
முதலில் படிக்க முனைவாயா?
புத்தகத்தை வாங்கப் போவதில்லை நீ

அவசரம் அவசரமாக நடுவில் ஏதோ
பக்கத்திலிருந்து படிக்க ஆரம்பித்து விடுவாயா?
கலியாணம் ஆகுமுன்னே கையைப் பிடித்து
இழுக்க விரும்பும் கணவன் நீ

யார் வெளியீடு என்று காண முயல்வாயா?
ஓரளவு ஞானம் உள்ளவன் நீ

யார் எழுதியது என்று அறிய விரும்புவாயா?
பேரளவு ஞானம் உள்ளவன் நீ

எடுத்த புத்தகத்தை முகர்ந்து நுகர்ந்து
பத்தரை மாற்றுத் தங்கமாய்ப் பத்திரப்படுத்தி
துணைவியாய் உடன் படுக்க வைத்துக் கொண்டு
உறக்கத்திலும் அதைத் தழுவிக் கிடப்பாயா?

உன்னை
வாசகனாகப் பெற்ற எழுத்தாளன்
தலைமுறைகளுக்குக் கொடுத்து வைத்தவன்!

குறுங்கவிதைகள் - 5

1
பழைய பெரும் பாலைவனம்
நடுவில் நான் காத்திருந்தேன்

பச்சை நட்சத்திரங்கள் உதிர்ந்தன
சிவப்பு வெள்ளை நட்சத்திரங்களும்
கூடவே உதிர்ந்தன
உதிர்ந்தவை எவையும்
ரத்தினங்களாக மாறவில்லை

பச்சை பாம்பாய் ஓடியது
சிவப்பு சீறும் சிறுத்தையானது
வெள்ளை பிர்லா மாளிகை ரத்தமானது

உக்கிர வெம்மையில்
உருகியது பாலைவனம்

2
அவன் எப்படி இருக்கிறான்
என்று கேட்டேன்
அமைச்சரைப் பற்றி

அமைச்சர் என் மாணவன்

இப்போது
மருத்துவமனையில் இருக்கிறேன்
கட்டுப் போட்ட காயங்களோடு

3
நதியின் நடுவில்
ஒரு கோரைப் புல்
ஆடி ஆடி அசைந்து கொண்டிருந்தது

சல சலத்தோடும் நதி கேட்டது:
'என் பாட்டைக் கேட்டுத்தானே
இத்தனை ஆட்டம் போடுகிறாய்?'

அந்த நேரம் கோரையின் மீது
வந்தமர்ந்தது ஒரு பட்டுப் பூச்சி

உடனே ஆற்று நீரிடம் கோரை கேட்டது:
'என் வண்ணங்களைக் கடன்
வாங்கித்தானே மினுக்கிக் கொள்கிறாய்?'

பட்டுப் பூச்சி பறந்து போனது
கோரையின் ஆட்டம் நின்று போனது

தொலைவில் எங்கோ
காற்றின் மெல்லிய முணுமுணுப்புக் கேட்டது

4

எஃகுப் பாளத்தை இரண்டாய்ப் பிளந்து
தலையில் செருகி வைத்தது போலப்
பின் புறம் திருகிய கத்திக் கொம்புகள்
இருட்டைச் சுண்டக் காய்ச்சி வடித்துப்
பூசியது போன்ற கன்னங்கரு மேனி
எம தூதர்களின் பருத்துச் சிவந்த கண்கள்
இதுதான் எங்கள் எருமை; அம்மாவின் செல்லம்!

என் எதிரி வெறுப்பின் உச்சம்
அருவருப்புக் குன்று கருப்புக் கசப்பு
வாய்ப்புக் கிடைக்கிற நேரம் சாத்துவேன்
அன்றைக்கு மேய்ச்சல் நிலம் போயிருந்தேன்
பழனி எருமை மேய்த்துக் கொண்டிருந்தான்
நெடு நெடு வென்று பக்கத்தில் ஒரு பனை.

பசுமை தகதகக்கும் அதன் உச்சியில்
ஔவை சொன்னது போல
நுனி சிவந்து கண் கருத்த நுங்குக் குலை
பழனியை மரமேறி நுங்கு பறிக்கச் சொன்னேன்

'அய்யோ' என்ற குரலில் அதிர்ந்து பார்க்க
மரத்திலிருந்து பழனி விழுந்து கொண்டிருந்தான்
அடுத்த நொடி நான் திகைத்துப் பார்க்க
எருமை பனையடிக்குப் பறந்து வந்து
லாகவமாகக் காத்து நின்றது
எருமை முதுகில் விழுந்து பழனி தப்பினான்

முகத்தில் பழனி முத்தங்கள் பொழிய
எருமையின் கொம்பைக் கும்பிட்டேன் நான்
அன்று முதல் எனக்குக்
கண்கொண்ட தெய்வமானது
என் எருமை!

5
ஈசன் மேல் விழுந்த அடி
எல்லார் மேலும் விழுந்த அடி

நொச்சூர் மாஸ்டர்
மூன்றுலகும் கேட்க
முதுகின் மேல் விட்ட அறை
அச்சுதன் நாயர் விரல் ரத்தம் கசிய
வீசிய பிரம்படி
சாமியப்ப பிள்ளை
உள்ளங்கால் நோக அடித்த அடி
இவை எனக்கு மட்டும் விழுந்த அடி

அட்டா இவை
பொன்னடி
பூவடி
பிரம்படி அல்ல
இன்று வரை நினைவிருக்கும்
கரும்படி!

பாரதி வருகிறான்

மகா கவி வருகிறான் - நம் துயர்
மாற்றவே வருகிறான்
அழுகை வெட்கம்
அவலம் கவலை
தீர்க்கவே வருகிறான்

சந்தன குங்கும வாசனைத் திரவியம்
வேண்டாம்.. வேண்டாம்
தகதகக்கின்ற வாட்களை எடு
மகா கவி வருகிறான்

இன்னமும் உழவன் பசியின் மடியிலா?
இன்னமும் உழைப்போன் வறுமைப் பிடியிலா?
கையில் கிடைக்கிற ஆயுதம் எடு
மகா கவி வருகிறான்

கற்பின் பெயரால் பெண்கள் கொலையா?
கடி நாய்களுக்குத் தடைகள் இலையா?
தீப் பந்தங்களைக் கையில் எடு
மகா கவி வருகிறான்

தூ தூ என்று தன் பிள்ளைகள் நகைக்கச்
சோற்றுக்கு அலைகிறாள் நம் தமிழ் அன்னை
காறித் துப்பக் கவிஞன் வருகிறான்
மகாகவி வருகிறான்

நீதிகளுக்குப் பதவிகள் விலையா?
நியாயம் என்பது எச்சில் இலையா?
சம்மட்டிகளைத் தயார் செய்து வை
மகாகவி வருகிறான்

இரத்தம் கொட்டி வளர்த்த தேசம்
எவரோ வேர்களை வெட்டும் ஓசை
சகிப்பதற்கில்லை இனி இந்தக் கேடு
மகா கவி வருகிறான் - நம் துயர்
மாற்றவே வருகிறான்.
(மகா கவி வருகிறான்).
(பாரதி நினைவு நாள் செப்டம்பர் 12)

நடந்த கதை

நினைத்தவாறு எந்தப் பொருளையும்
நிறம் மாற்றும் தேவதை
பூமிக்கு வந்தாள்

காலைக் கிரணங்களின் சரிகையில்
மினுங்கியது தென்னந்தோப்பு
இரண்டு கரங்களையும்
ஒன்றாய்ச் சுழற்றினாள்
தோப்பு தீப்பிடித்துக் கொண்டது
இல்லை.... இல்லை.. அது
சிவப்புத் தென்னந் தோப்பானது

தேதீர்க்கடையில்
ஆற்றிக் கொண்டிருந்த தேநீர்
பச்சை சர்பத்தாய் மாறிப் போனது
கடைக்காரன் மிரண்டான்

விளையாடும் குழந்தையின்
வண்ணப் பென்சில்களை
இதுவரை கண்டிராத நிறங்களாக்கினாள்
அக்கா அக்கா என்று
தட்டாமாலை சுற்றியது பாப்பா

பழக்கடைக்கு வந்த தேவதை
பச்சை மாங்காய்களை
இரு கரம் சுழற்றப் பழம் மஞ்சளானது
கவனித்துக் கொண்டிருந்த கடைக்காரன்
சட்டென தேவதையை அறைக்குள்

தள்ளி வாழைக் காய்களை மஞ்சளாக்க
வற்புறுத்தினான்
மறுத்தாள் தேவதை

கைகள்தானே இதற்குக் காரணம் என்று
அவற்றை வெட்டி யெடுத்த பின்
செத்த தேவதைக்கு
அறையையே கல்லறை ஆக்கினான்

கைகளை எப்படி முறுக்கிப் பார்த்தும்
வண்ணங்கள் எதுவும் வரவே இல்லை
ஈயமாய் மாறிய கரங்களை ரகசியமாக
உக்கடக் குளக்கரையில் எறிந்தான்

மறு நாள் விடியலில் அவ்விடம்
வழக்கமாய் உறங்கும் பிச்சைக்காரனுக்கு
அடித்தது யோகம்!
ஈயக் கைகள் இரண்டையும் நட்டு
மாலை சாத்திக் குங்குமம் இட்டான்
மறக்காமல் ஒரு உண்டியல் வைத்தான்

கோயில் பெருகிக் கூட்டமும் பெருக
ஒரு நாள் கேள்விப்பட்ட பழக் கடைக்காரன்
பழக் கூடைகளோடு வந்து
புதுக்கோயிலென்று
புரண்டு புரண்டு தண்டனிட்ட கதையும்
பொய்யல்ல தோழரே நடக்கத்தான் செய்தது!

முகந்து தீராக் கடல்

தப்பிக்க இடமில்லை

உலகக் குடி மகனாகலாம்
என்று நினைத்தேன்

இந்தியக் கடலோரங்களில்
பாசிகள் பூமியைத் தின்று கொண்டிருந்தன
யாரென்றேன்?
எங்கள் பெயர் ஊழல் என்றன பாசிகள்

மத்திய கிழக்கு - சிரியா
தோட்டாக்களின் தோரணங்களோடு
முஸ்லிம்களை கண்ட துண்டங்களாக்கி
முஸ்லிம்களே நர வேட்டை நடத்தினர்

அமெரிக்காவில்
குரல்வளை நசுக்கும் கலையில்
காவலர்களே கம்பீரமாய் நின்றனர்

உலகின் மேசையான திபேத்தில்
பவுத்தத் துறவிகள்
சீன ராணுவத்தைப் பார்த்து
திக்கித் திக்கித் திரிபிடகம் செப்பினர்

வேறெங்கும் செல்ல காசு போதவில்லை
மலேசியாவுக்குப் போகலாம்தான்
நல்ல மக்கள் நட்புக்கு இனியர்
மரபுக் கவிதைக்குப் பயந்து
பயணத்தைக் கைவிட்டேன்

போனால் போகட்டும் உயிரென்று
எலியட்ஸ் பீச்சில்
நண்பர் ஒருவர் காட்டிய இரகசியக் குகையில்
இப்போது வாசம்

நிம்மதி

சின்னப்பிள்ளையாக
இருந்த காலத்திலிருந்து
இந்தத் துருப் பிடித்த சாவி
எங்கள் வீட்டில்
இருப்பதைப் பார்த்திருக்கிறேன்

சொறித் தவளை போலவும்
செத்த கரப்பான் பூச்சி போலவும்
இருக்கும் இதனை
எவரும் சீந்தியதில்லை
எனக்கும் பிடிக்காதுதான்
ஆனாலும் ஒரு பயம் இருந்தது

இரகசியமாகப் பல
முயற்சிகள் செய்து பார்த்திருக்கிறேன்
எல்லா அலமாரிகளையும்
திறக்க முயன்றிருக்கிறேன்
கல்லிலும் இரும்பிலும்
தேய்த்து ராவிப் பார்த்திருக்கிறேன்

பாட்டியின் டிரங்குப் பெட்டி முதல்
அப்பாவின் இரும்புப் பெட்டி வரை
இந்தச் சாவி
தோற்றுப் போகாத இடமே இல்லை

பூட்டுச் சாவி சேர்ப்பவர்கள்
இதை ஒரு பொருட்டாகவே கருதாதது
துக்கம் தந்து துடிக்க வைத்தது
ஒரு வழியாக
ஒரு மந்திரவாதியைக் கண்டு பிடித்தேன்

கறையான் அரித்த மீசையும்
கம்பளிப் பூச்சிப் புருவமும்
சும்மாட்டு உருமாலும்
புளியம் விதைப் பற்களும்
என்னை அரட்டி
மிரட்டிய தருணம்
‘ஜக்கம்மா’ என்று சுடுகாட்டு
நரிக் குரலில் கூச்சலிட்டபடி
சாவியைப் பக்கத்துப் பள்ளத்தில்
தலையைச் சுற்றி வீசி எறிந்தான்.

தம்பி! இது ஆகாது ஆகாது
பில்லி சூனியத் தாயத்து
இத்தனை நாள் உன் நல்ல மனசு
தாயத்தால் மூடிக் கிடந்தது
இனித் திறந்து விட்டது
அஞ்சு ரூபாய் கொடு... போ... போ...
என்று விரட்டினான்

சாவி போச்சு... மனசு திறந்தது
என்ற மகிழ்ச்சியில்
அடுத்த நொடி வீட்டில் இருந்தேன்

என் அறை ஜன்னலில் எதுவோ
துருப் பிடித்த சாவியோ....
இல்லை.. என் கை பேசி !

முகந்து தீராக் கடல் 109

பொம்மை நகரம்

ஒரு பொம்மை நகரில்
என்ன நேர்ந்ததோ சிக்கிக் கொண்டேன்

என்னையே மறந்தேன் போலும்
குழந்தை போல் குறுகுறுப்பு

இலைகளை அசைத்தவாறு
மரம் ஒன்று நின்றிருக்கும்.
உயிர்கொண்ட பொம்மையாக
நதியொன்று நகர்ந்து போகும்

சாவியில் இயங்கினாற் போல்
அணில் ஒன்று தாவிப்பாயும்
புல்வெளி தனில், எறும்பு
மவுன ஊர்வலம் நடத்தும்

சிறு நந்த வனத்தில் பூக்கள்
பெரு வாரியாகப் பூக்கும்.
ரீங்காரம் ஏதுமின்றி
வண்டுகள் உலா நடத்தும்

உயிருள்ள மனிதன் யாரும்
உண்டா என்றலைந்து பார்த்தேன்
ஒரு பட்டுப் பூச்சி பொம்மை
அழைத் தேகப் பின் தொடர்ந்தேன்

அருவியின் கரையில் அங்கே
அழகான சின்ன இல்லம்
நரை மீசை தாடியோடு ஓர்
முதியவர் தம்மைக் கண்டேன்

ஆவலோ டெனை அழைத்து
அருகிலே அமர்த்திக் கொண்டார்.
'இது என்ன பொம்மை வாழ்க்கை?
யார் நீங்கள்' என்றுகேட்டேன்

'ஹிரோஷிமா நாகசாகி
அழிந்ததும் அணுவை அஞ்சி
இவ்விடம் தப்பி வந்து
எழுபது ஆண்டிருக்கும்

ஆபத்தே தராத பொம்மை
அழகிய நகருண்டாக்கி
அமைதியாய் வாழுகின்றேன்
அவ்வுலகு எனக்கு வேண்டாம்'

'அணுயுகம் இப்போதில்லை
கணினியின் யுகமும் போச்சு
மின்னணு யுகம் கடந்து
நேனோவின் காலம்' என்றேன்

'வாருங்கள் புதுமை காண
வாருங்கள்' என்றழைத்தேன்
அடுக்கடுக் கடுக்கான கேள்வி
அவர் கேட்கத் தொடங்கி விட்டார்.

"இல்லையா மெஷின் துப்பாக்கி?
பீரங்கி தொலைந்து போச்சா?
சண்டை விமானங்கள் என்ன
சாமியாராகிப் போச்சா?

"போர் விமானங்கள் எல்லாம்
பூ விற்கும் கடையாய் ஆச்சா?
கொசுக்களைக் கொல்ல ஏவு
கணைகளைப் பழக்கி யாச்சா?

"போடா போ மனிதர் நெஞ்சில்
போர்ப் பேய்கள் இருக்கு மட்டும்
பூமி ஓர் பெரு மயானம்
மனிதனின் சுடலை மேடு!

"ஓடிப் போ ஒழிந்து போ போ
வழி காட்டும் பட்டுப் பூச்சி
தவறியும் இந்தப் பக்கம்
தலை வைத்துப்படுத்திடாதே

"திரும்பவும் ஆசைக்காக
ஒரு முறை திரும்பிப் பார்த்தேன்
பொம்மை நதி பாய்ந்தோடும்
என் கனவை இழுத்துக் கொண்டு

கொடுங்கனவு

கொடுங் கனவொன்று கண்டேன்
பயந்தவர் படிக்க வேண்டாம்.

பத்தாண்டு முன்னர் மாண்ட
ஒரு நண்பர் இப்போது என்னை
விருந்துக்கு வரக் கூப்பிட்டார்

இடம் கேட்டேன்
ஓட்டல் சொர்க்கம்
என்றவர் சொல்லிப் போனார்
ஊரெல்லாம் தேடித் தேடி
உடல் சலித்து உள்ளமும் மிகச் சலித்து
ஓய்ந்து போனேன்

கடைசியில் கண்டு கொண்டேன்
ஊருக்கு வெளியில் காடு
காட்டுக்குள் ஓட்டல் சொர்க்கம்
வனப்புடன் காட்சி தந்த
வரவேற்பறையில்
விருந்துக்கா? பக்கத்து
மாடிப் படிகளில் செல்க என்றார்

பல தளம் கடந்த பின்னர்
கண்டேன் கிழிசலை உடுத்திருந்த
ஒரு கூட்டம் எலும்புக் கூடு
கைகளில் பாக்குத் தட்டு
கஞ்சியை உறிஞ்சுகின்றார்
இது தானா விருந்து என்றேன்
ஆம் என்றார் ஆகா என்றார்

என் நண்பர் எங்கே என்றேன்
அசைவ உணவுதேடி
வெளியிலே போனார் என்றார்
எங்கெங்கும் காணவில்லை

பக்கத்தில் நெடிய சாலை
வருத்தத்தில நடக்கலானேன்
அருகிலே வந்தார் தம்மை
இது என்ன வீதி என்றேன்
மரணத்தின் சாலை என்றார்

அதற்குள் ஓர் பரபரப்பு
ஒரு சாலை விபத்தின் காட்சி
இரத்த வெள்ளத்தில் அங்கே
மிதந்ததோர் உடலைக் கண்டேன்
அய்யய்யோ அது என் நண்பர்!
இரண்டாம் முறையாக
இறந்து கிடந்தார்.

எப்போதும் கண்ணாடியை
மறந்துவிட்டுத் தேடுவார்
இன்றும் கண்ணாடி
எகிறிக் கிடந்தது

கைகளில் அபரிமிதமான குளிர்ச்சி
அலறியே விழித்துக் கண்டேன்
ஐஸ்கிரீமுடன் கொள்ளுப் பேத்தி..
சுவரிலே நண்பர் படம் சிரித்தது!

ஒரு பாடம் கற்றுக்கொண்டேன்
மறு உலகில்கூடக்
கஞ்சிதான் பெரு விருந்து
கவலையே சிறிதும் வேண்டாம்
தமிழ்தான் சொர்க்கத்தின் மொழி!

அந்த வீட்டுக் கண்ணாடி

மேக மூட்டமென
மட்ட ரகத் தைல நெடி
கட்டித் தழுவும் அரை இருட்டு அறை

சூரியனைப் பார்க்காத
சுந்தரிகளின் ஒப்பனைக்கு
வைத்திருக்கும் முழு உயரக் கண்ணாடி

கூச்சம் களைந்து
சேலை மாற்றும் நிர்வாணங்களைக்
கண்டு கண்டு நொந்ததால்
அங்கங்கே ரசம் போன கண்ணாடி

இதுதான் விதி ரேகை என்பது போல்
எண்ணெய்க் கறை படிந்த
விரல் ரேகைகள் கண்ணாடி விளிம்புகளில்.

உதட்டுச் சாயம் சரியாய்
உள்ளதா எனச் சோதிக்க
முத்தமிட்டுப் பார்த்த சிவப்புக் கறை
கண்ணாடியில் ஒரு
காயம் போல் கசிந்திருக்கும்

எடுத்து ஒட்டிக் கொள்ள வாய்ப்பாய்ப்
பல வண்ணங்களில் பொட்டுகள்
வைத்த கண்ணாடிப் பரப்பு
அம்மைத் தழும்புகளாய்க் காட்சி தரும்

களைத்துப் போன சிறுமிகள்
சின்ன சந்தோஷங்களுக்காய்ப்
பகிர்ந்து கொள்ளும் தரம் கெட்ட
ரகசியங்களைக் கேட்டு
கண்ணாடி மேல் செருகிய
அழுக்குச் சீப்புகள் சிரிக்கும்

முரண்டு பிடிக்கும் இளம் குருத்தை
மூர்க்கமாய்த் தாக்கிய கம்பி
ஒரு நாள் தவறி எகிறியதால்
கண்ணாடியின் இதயத்தில்
நிரந்தரமான விரிசல்

எல்லாருக்கும் பழக்கமான
இடம் என்பதால்
இங்கு சிவப்பு விளக்கு
ஏற்றப்படவில்லை.

சாய்வு நாற்காலி

ரத கஜ
துரக பதாதிகள் போல்
நான்கு தலையணைகள் வேண்டும்
இந்தச் சாய்வு நாற்காலிக்கு

பிறந்த காலத்திலிருந்து
பார்த்துக் கொண்டிருப்பதால்
வயது இருக்கும் நூறு!
ஆனால் என்ன
பிரம்புப் பின்னல் சிதையும் போது
அதற்கு மட்டும் மறு பிறப்புண்டு

இந்தச் சிம்மாசனத்துக்குத்
தினமும் முற்றுகைப் போர்கள்
நிறையவே உண்டு
தவழ்ந்து வருகிற சித்தார்த்தன்
முன் புறம் தவளையாய்த் தொற்றுவான்
பக்கத்துக் கை மேல்
ஒரு குதிரை வீரனாய்
அரை டவுசர் கிழியத் தாவி
ஆருத்ரன் வெற்றியைத் தொடப்
புரண்டு சிலிர்ப்பான்

எங்கிருந்தோ வரும்
ஜோன் ஆப் ஆர்க்காய்
ஆதிரை என்ற துர்க்கையின்
பிரவேசம்.. தலையணை நான்கும்
ஏவு கணைகளாய்த்
திசைகளைத் தேடும்
பிரம்பு நாற்காலி புதிய தேவதைக்குப்
பள்ளி கொள்ளும் பாற்கடலாகும்

அலுத்துக் குழந்தைகள்
அகலும் வரையில்
புறக்கணிக்கப்பட்ட
அகதியைப் போலக்
காத்துக் கிடப்பார் தாத்தா
எதிர்பார்த்திருக்கும்
சாய்வு நாற்காலி
காதலி போல!

சிலைச் சேதம்

1
கவிதை தெரிந்த தலைவன் எவனோ
ஆண்ட காலத்தில்
வாகனங்கள் வளைய வரும்
நகரின் மையத்தில்
பெருங் கவிஞன் ஒருவனுக்கு
வைக்கப்பட்டது ஒரு சிலை

பறவை ஒன்றைப்
பறக்க விடுவதுபோல்
கவிஞன் உதடுகள் சிரிக்க
கண்ணிமைகள் பூரிக்க
கை தேர்ந்த கலைஞன் வடித்த
சிற்ப அற்புதம் அது.

ஆளுயர மாலை அன்றாடம்
அணி செய்யும் என்றாலும்
ஆராதகன் ஒருவன் வைக்கும்
ஒற்றை ரோஜாப் பூ
விடியல் வரு முன்பே கவிஞன்
அடியில் வந்து பூத்திருக்கும்

இந்த இடம் வாகனங்கள்
ஒலியடங்கிப் பயணிக்கும்
இந்த இடம் நடப்பார்
இரு கைகள் கூப்புவார்
அயலகத்துப் பெருந் தலைவர்
அஞ்சலிக்க வருவார்கள்
நாட்டின் இதயமிதை
மக்கள் மறவார்கள்.

2

மழலையருக்கு இவன் பாட்டு
மாயக் கம்பளம்
வளரும் இளைஞர்கட்கு
வளைய வரும் போர் விமானம்
துறு துறுப்புக் கன்னியர்க்குச்
சுடுகின்ற துப்பாக்கி
தாத்தா பாட்டிக்கு
வாழ்வளக்கும் தத்துவம்
அனைவருக்கும் இவன் பாட்டு
அழகழகு பேரழகு
அறிவறிவு பேரறிவு!

3

வரலாற்றின் விபரீதம்
ஆள்வோர்கள் மாறினர்
கவிதை ஒளித் துளிகள்
கசியாத பாலை வனம்
அவர்கள் மனம்
புழுதிக் காடானது
புகழ்க் கவிஞன் சிலைப் பீடம்
மாலை மரியாதை
மறதிக்குள் புதைந்தது
நள்ளிரவில் ஒரு நாள்
நகருக்குள் நுழைந்தன
சுட்ட இடம் பாழாக்கும்
ராணுவ பீரங்கிகள்
ஊருறங்கும் இருள் நடுங்க
ஓயாத வெடி முழக்கம்
சாலை விரிவாக்கமாம்!
அச்சத்தில் மக்கள்
அப்படியே கிடந்தார்கள்!

பொழுது விடிந்தது
மக்கள் கவிஞன்
சிலை இருந்த திருத் தலத்தில்
பாளம் பாளமாய்த்
துண்டு பட்ட சிலையின்
கருகிய உலோகம்; உருகிய துணுக்குகள்!
மீண்டும் ஒருமுறை கவிஞனின் மரணம்!

திரண்ட மக்களின் திமிறலை அடக்கும்
ராணுவப் பாதுகாப்பின் இடையில்
எழுந்த கண்டனம் அழுகுரல் எல்லாம்
குப்பைகள் சுமக்கும் வாகன ஓசையில்
அவலமாகி அடங்கித் தொலைந்தன

எப்போதும் கவிஞனின்
தலை மேல் எச்சமிடும் காகம்
சிலையின் ஒரு சிறு துண்டை
அலகில் ஏந்திப்
பறந்தது பக்கத்துத் தென்னையை நோக்கி..

அடுத்த நாள் பீடம் இருந்த இடத்தில்
பூத்திருந்தது ஒற்றை ரோஜா.

என் மொழிக்கில்லாமல்,
எனக்கு மட்டும் சுதந்திரமா?

கல் தோன்றி மண் தோன்றாக் காலத்து
மொழியாம் என் மொழி
பள்ளிக்கூட வாசலில்கூடக்
காலடி வைக்க முடியாதாம்

கிழித்தெறி புறப்பொருள் வெண்பா மாலையை-
எனக்கு மட்டும் எதற்குச் சுதந்தரம்?

உயிரியல் படிக்க வக்கில்லாததாம்
எடுத்தெறி அந்தக் குறுந்தொகை நெடுந்தொகை-
எனக்கு மட்டும் எதற்குச் சுதந்தரம்?

பொறியியல் படிக்கப் பொருத்தமில்லாத தாம்
போடு குப்பையில் புறநானூற்றை
எனக்கு மட்டும் எதற்குச் சுதந்தரம்?

மேற்கோள் சொல்லத்தான் திருக்குறளாம்
பிறகென்ன நாக்கு வழிக்கவா முப்பால் சுவடி?
எனக்கு மட்டும் எதற்குச் சுதந்தரம்?

இந்தி தெரிந்தால்தான் இந்தியரென்றால்
இந்தியனாகி என்ன செய்யப் போகிறேன்?
கழிசடைத் தமிழனாகவேனும்
காலம் கழிக்கிறேன் அதுவே போதும்!

எங்கும் சுதந்திரம்
என்பதே பேச்சு!

துணிக் கொடி வாங்கக் காசில்லாததால்
ஒரு மூங்கில் குச்சியில்
சிவப்பு வெள்ளை பச்சைத் தாள்களை
தபால் நிலையப் பசையால் ஒட்டி
ஊர்வலத்துக்கு எடுத்துப் போனேன்

அது முதல் சுதந்தர நாள்
1947 ஆகஸ்ட்டுப் பதினைந்து!

ஆசையாக மாணவர் வரிசையில்
காகிதக் கொடியை
அசைத்து நடந்தேன்

சுதந்தரம் என்றால் என்னவென்று
சுட்டுப் போட்டாலும்
தெரியாத வயது பதினொன்று...

வானொலிப் பெட்டிகூட
வீட்டில் இல்லை வெளியிலும் இல்லை
நகராட்சி அலுவலகத்தில் மட்டுமே உண்டு
அதன் மொழி கர கர கொர கொர

தொண்டை வறளக் கூவினோம்
'மகாத்மா காந்தீக்கி ஜேய்'

ஊர்வலம் தொடங்கி
அஞ்சு நிமிடம் ஆகியிருக்காது
மழையோ மழை..
கொட்டலாயிற்று
பேய் மழை....

என் கொடி. .அய்யோ.. என் கொடி
மழையில் கிழிந்து கசங்கிச் சிதைந்து
கூளமாகி மழையில் கரைய
குச்சி மட்டும் கையில் மிஞ்சிற்று

பதறிய மாணவர் சிதறியோட
கதறி அழுது கீழே பார்த்தேன்
என் கொடி காகிதத் துணுக்காய்
வெள்ளத்தில் தொலைந்தது.

அன்று இழந்ததை
இன்று வரையிலும்
மீட்க முயன்று மீட்க முயன்று
முடியவே இல்லை.

மேற்குத்தொடர்ச்சி மலை

ஒரு புதிய நாளுக்கான
ஒப்பனைகளைப் புனையும் வைகறையில்
பூமிக்கு நீலக் கிரீடம்
வைத்தது போல் தெரிந்தது
தாடகை நாச்சி மலை.

நீலத் தாஜ்மகாலெனத்
தலையை நிமிர்த்தி
பரந்து கிடக்கும் பச்சை மலைகளை
பணிந்து வணங்கும் பள்ளத் தாக்குகளை
'ராஜ பார்வை' யில் ஏறிட்ட போது
தற்செயலாக என்னையும் பார்த்தது.

பழைய தோழன் நான்
என்ற போதிலும்
மிடுக்கு மாறாமல்
'பொறு, இது குளியல் நேரம்' என்றது.

காலையின் கிரணங்கள்
பனி நீராடிய திவலைகள் துடைத்து
சந்தனம் பூசியதும்
'இனிப் பேசலாமே' என்றது மலை.

'உனக்கென்ன தலைக்கனம்?
நீ குனிவதை நான் பார்த்ததே இல்லை'
என்று நான் சொன்னதும்
மெல்ல மெல்லச் சிவந்தது முகம்.

'உலகின் முதல் மலை நான்!
எரிந்த பூமி குளிர்ந்தபோது
இறுகிய ஆதிப் பாறை நான்;
விந்தியம் என் தம்பி
இமயம் எனக்குப் பின்
ஏழாந்தலைமுறை எள்ளுப் பேரன்!
இறுமாப்பு எனக்கு இயற்கைதானே?'
என்றதும் வாயை இறுக மூடினேன்
★

அந்தி நேரம் மலைக்கு
ஆரத்தி எடுக்கும் வேளை
என்னைக் கண்டதும், 'நண்பா
இது என் தியானப் பொழுது' என்றது

'யார் யாரோ தியானம் என்கிறார்கள்
நீயுமா?' என்றேன்..
முகம் கன்றிச் சிவக்கத் தாடகைநாச்சி
மொழிந்தது: 'தியானத்தின் ஆதி நான்
உலகுக்கு தியானம் கற்றுத் தந்தது நான்
உள்ளும் புறமும் அவிந்து அடங்கும்
ஓகம் பிறந்த இடம் நான்...' என்றது
எல்லையற்ற மௌனம் சூழ்ந்தது.

பெருமிதம் இப்போது
மலையாய் வளர்ந்தது எனக்குள்.

மருதூர் அன்னை

இப்போது இல்லை அவர்
அறபத்தைந் தாண்டுகள் முன்னம்
மாணவப் பருவத்துத் தோழர்
மருதூர் இளங்கண்ணன்

சங்கக் கவிதை நடையில்
தன் கவிதை எழுதும் அவருக்குப்
படிக்கும்போதே திருமணம்

திரு வி.க.வின் 'உள்ளொளி'யில்
இடம் பெற்ற மருதூரா என்றேன்
'ஆமாம் ஆமாம் வாருங்கள்
அந்த அம்மையாரையும் பார்க்கலாம்'
குதூகலத்தோடு கூறினார் நண்பர்.

'உள்ளொளி'-
அறிஞர் திரு வி.க.வின்
உளவியல் ஆய்வு ஓவியம்
(இந்நாள் வாசகர்
அறிவரோ இல்லையோ)
★

மருதூர்க் கிராமத்தின்
மண் படிந்த தெருக்களில்
இள மழை தெறித்து
ஈரம் கசிந்தது.

அம்மையார் வீட்டுக்கு
ஆர்வம் உந்தியது
அது ஒரு நெசவாளர் இல்லம்
ஓடுகள் வேய்ந்த சிறிய வீடு
பெண்மணி ஒருவர்
இராட்டை சுற்றிக் கொண்டிருந்தார்
நெசவு வேலை
நிகழ்ந்து கொண்டிருந்தது

'அம்மா உங்களைப் பார்க்க
வந்திருக்கிறார்கள்'
என்றார் இளங்கண்ணன்.
இராட்டையை விட்டு எழுந்தார் அம்மா.
'இருங்கள் இருங்கள்' என்றவர்
வாசல் மண்ணை வாரிவந்து
ஆளுக்கொரு உருண்டை கொடுத்துச்
'சாப்பிடுங்கள்' என்றார்

கூசிக் கூசி
வாயில் போட்டால்
வியப்போ வியப்பு
வெல்லமாக இனித்துக் கிடந்தது!
'சரியம்மா திண்ணீறு'
என்றார் நண்பர்

கூடத்து நடுவில்
நெசவு நெரிசலில்
ஒரு சின்னக் கோயில்;
முன்னால் நின்ற அன்னை
வானம் நோக்கி இருகரம் நீட்டினார்
'கல கல' என்ற பேரோசையோடு
அந்தரத்திலிருந்து மிதந்தவாறு
ஒரு தட்டு அன்னை கரத்தில் விழுந்தது

உடைத்த தேங்காய் பழம்
திருநீறு குங்குமம்
தட்டில் இருந்தது
பிரசாதம் பெற்றுத் திரும்பிய போது
ஒரு சித்தரைக் கண்ட வியப்பு!
இறை நம்பிக்கை இற்றுப் போன
இன்றும் எனக்குள் உறைந்து கிடக்கிறது!

(மருதூர் இளங்கண்ணன் நினைவாக)

தோழமை

நள்ளிரவில் எவரோ கதவைத்
தட்டும் ஒலி-
தூரத்தில் முழங்கும்
தவில் ஓசையென்று
நினைத்துக் கொண்டேன்

பிறகு ஜன்னலை
அறையும் சத்தம்!
செல்லப் பூனையின்
பிறாண்டலாய் எண்ணிச்
சுருண்டு படுத்தேன்

மாடியில் ஒலித்த
சரசரப்புக் கேட்டதும்
பக்கத்து வீட்டுத்
தொலைக் காட்சிச் சத்தமாய்க்
கற்பித்துக் கொண்டேன்

தோட்டத்திலிருந்து
செடிகளும் கொடிகளும்
சீழக்கையடித்தன
காவல் நாய்களின்
உறுமலும் குரைப்புமென
உறக்கத்தில் புதைந்து விட்டேன்

விடியல் விழிப்பு வரக்
கதவு திறந்தேன்

வாசலிலே நீர்க் கோலம்
யார் வரைந்து வைத்தது?
குளிரென்னும் பூங்கொத்து
யார் தந்து போனது?

என்னோடு உரையாட
இயலாத துக்கத்தில்
விம்மலும் அழுகையுமாய்
விடை பெற்றுப் போனதோ
இரவு மழை.

ஆடும் நாற்காலி

ஆடும் நாற்காலி
அமைதி காக்கிறது
ஊஞ்சல் ஊமையாய்
உறைந்து கிடக்கிறது

காலடி ஓசை
கேட்பதற்காக
காத்துச்சலித்தன
மாடிப் படிகள்

மதியம் தூங்கும்
பாட்டியின் கண்கள்
தூக்கம் வராமல்
ஏக்கம் பூண்டன

எனது பேனாக்கள்
மிகவும் பத்திரம்
வீடும் தரையும்
சுத்தமோ சுத்தம்

ஆதிரைப் பாப்பா
ஊருக்குப் போயிருக்கிறாள்..

உயரங்கள்

உயரங்கள்
என்னைக் கலவரப்படுத்துகின்றன

மாடி மேல் நிற்பது
செங்கல் மேல்
செங்கல் மேல்
செங்கல் மேல்
சர்க்கஸில் நிற்பது போல்
தடுமாற வைக்கிறது

தெருவில் செல்லும்
பெரியவர்கூட
சிறியவர் ஆகிறார்
யானைகூட பாவம்
பூனையாகிறது

ஒவ்வொரு தளத்திலும் வாழும்
முதியவர் தலைமேல்
இளையவர் தலை மேல்
குழந்தைகள் தலை மேல்
ஏறி மிதிப்பது நியாயம் தானா?

பறவைகள் வீதியின்
குறுக்கே நிற்கவும்
மரங்கள் விரிக்கும்
கிளைகளைத் தடுக்கவும்
எனக்கு உரிமை
யார் கொடுத்தார்கள்?
வைகறைச் சூரியன்
தெரிவதே இல்லை
மண் மேல் நடக்கும்
சுகமும் தொலைந்தது.
நாயின் உறுமல்
பூனையின் பாய்ச்சல்
தள்ளு வண்டியில்
வடை சுடும் வாசம்
எல்லாம் தொலைந்தது

உயரங்கள்
என்னைக் கலவரப்படுத்துகின்றன.

விடியுமா?

காவல் நிலையங்களின்
குண்டாந் தடிகளில்
பறக்கிறது
தேசத்தின் கொடி

நில்லுங்கள்
இப்போது
அதன் நிறம் மாறிவிட்டது

மாறி மாறிச் சலவை செய்தாலும்
மாறாத மனித இரத்த நிறம்

மரித்தவர்கள்
உரத்த குரலில்
பேசும் காலம் இது

குருதி நதியில்
ஜனநாயகம்
வாய் கொப்பளித்தால்
விடியல்கூட
இரத்த தானம் கேட்குமோ?

அலையும் அறிவியல்

கண்ணீரின் வேதிப் பொருட்களைப்
பிரித்துப் பிரித்து
அறிவியல் கூறலாம்
அதன் எடையையும் கச்சிதமாக
அளந்துரைக்கலாம்
அதன் தாயான துக்கத்தைச்
சமன்பாடுகளால் கூற முடியுமா?

இதயத்தின்
நான்கு அறைகள்
குருதி சுமக்கும் தமனிகள்
அவற்றின் சங்கீதமான
நாடித் துடிப்புகள்
அனைத்தையும் துல்லியமாகக்
கண்டு பிடித்து விடலாம்
உணர்வுகளின் அந்தரங்கத்தைத்
தொட முடியுமா?

மூளை, அதன் அமைப்பு
அதன் பாகங்கள்
அதனுள் இழையோடும்
நுண்ணிய இரத்த நாளங்கள்
அனைத்தையும்
ஆராயும் விஞ்ஞானம்
அறிவின் விசுவ ரூபங்களைக்
கணிக்கக் கூடுமா?

உயிரினங்களின் ஆதியந்தம்
எறும்பு முதல் யானை வரை
புல் முதல் தேவதாரு வரை
தேனீ முதல் டைனோசர் வரை
அக்கு அக்காக விவரிக்கலாம்
ஆயினும் என்ன?

ஒரு வனத்திலிருக்கும் யானை
இன்னொரு வனத்து யானையிடம்
பேசும் மொழியை
எறும்பும் எறும்பும் உரையாடும்
இனிய உரையாடலை
யாரேனும் புரிந்து கொண்டதுண்டா?

அவ்வளவு தூரம் போவானேன்?
ஐன்ஸ்டைனின் மேதைமை
அண்ணாவின் மொழி ஆளுமை
மார்க்ஸின் நிகரிலிச் சிந்தனை
பாரதியின் பரவசப் பெருக்கு
இவையனைய மானுட விந்தைகளுக்கு
அடித்தளங்கள் தெரிந்ததுண்டா?

அண்டப் பெரு வெளி
எல்லையின்றி விரிந்து கொண்டிருக்க
வெற்றிடம்(சூனியம்) அண்டமாய் உரு மாற
கோள்கள் சிதைந்தொழிய
விண் மீன்கள் பொய்யாகக்
கருந்துளைகள் விருந்துண்ண
இயற்கை புரியும் புதிர்களுக்கு
எவரேனும் விடை கண்டதுண்டா?

விடுவிக்க விடுவிக்கப்
புதுச் சிக்கல் வளர்ந்தாலும்
அடர்ந்த பேரிருட்டில்
ஒற்றை மெழுகுவர்த்தியோடு
அயராது அலைகிறது
அறிவியல்
கொரோனாவையும் சுமந்து கொண்டு.

ஓவியக் காடு

ஒரு வெள்ளைத் தாளைக் கண்டதும்
கை பரபரவென்றது.
இலக்கியம் படைக்கப் போகிறேன்
என்று பயப்பட வேண்டாம்.

கொஞ்சம் படம் வரையத் தெரியும்
பூ வரைந்தால்
கழுதையாகத் தெரியாது
அது மட்டும் நிச்சயம்

முதலில் தவளை
பச்சை படர்ந்த சொறி முதுகு
மஞ்சள் வயிறு
கத்தரியின் காம்பு போல்
கால் விரல்கள்
கருஞ்சாந்து தொட்டு
வைத்ததெனக் கண்கள்

முடிப்பதற்குள் தாவிற்று
அறை மூலையில் அடைக்கலமானது

இப்போது ஒரு பாம்பை
வரையலானேன்
சுருக்குப் பை விரித்தாற்போல்
படம், இரட்டை நாக்கு,
பளபளக்கும் சிற்றாறு
நெளிந்து வளைவதென உடல்

பசியோ என்னவோ
மெல்ல இழைந்தது தவளையை நோக்கி...

உடனே ஒரு மயிலைப் படைத்தேன்
தலைக் கிரீடமாய் உச்சிப் பூ
நெடுங்கழுத்தில் மணிகண்ட நீலம்
நட்சத்திரத் தோகையில்
வண்ணக் குதூகலம்

மா மயில் மறுகணம்
நாகத்தை நோக்கி நகரலாயிற்று

அதி விரைவாக மிக அவசரமாய்
தாளில் ஒரு காடு உருவம் பெற்றது
முகில் பறவைகள் கூடு கட்ட
தேக்கும் கருங்காலியும் உயர்ந்தன
தாழைப் புதர்கள் மண்டிய
தடாகம் ஒன்று அலை பாய்ந்தது
காட்டுப் பூக்களின் கடும் வாசனையை
வரிப் புலிகள் மோப்பம் பிடித்தன

காடும் காகிதம் விட்டு நகர
தவளை பாய்ந்து தடாகத்தில் குதித்தது
மயிலின் தாக்குதலுக்கு அஞ்சி
தாழம் புதரில் ஒளிந்தது நாகம்
ஆனந்த நடனம் ஆடிற்று மயில்
நான் உருவாக்கிய ஆரண்யத்தின்
நடுவில் நின்றேன் நான்

அஞ்சும் உயிர்க்கெலாம்
காடே அரண்
வாழும் உயிர்க்கெலாம்
வனமே காவல்

காட்டில் தவம் இருந்தது போதும்
இனி காட்டுக்காகவே
இருப்போம் தவம்!

இதுகாறும்

காதல் என்பது மிகை உணர்ச்சி
விரைவில் தணியும் பெரு வெள்ளம்
என்றே நினைத்திருந்தேன்
காதலித்துப் பார் என்றார் நண்பர்

உண்மைதானே என்றெண்ணி
அலங்கரித்துப் புறப்பட்டேன்
வாசலில் கால் இடறிற்று
எங்கிருந்தோ பாட்டியின் குரல்
'சகுனம் சரி இல்லேப்பா'
திரும்பி விட்டேன்
காரணம் பார்க்கப் போன
பெண்ணின் பெயர்: ச(ற்)குணம் !

கடிதம் காதலின் வண்ணத்துப் பூச்சி
என்று கேள்விப்பட்டேன்.
பள்ளிக்கூடத் தோழி ஒருத்திக்கு
கற்பூர வார்த்தைகளில் குங்குமப் பூவைக்
கலந்து காதலை மணக்க எழுதி
உறையில் ரோஜா இதழ்களை நிரப்பி
அனுப்பினேன்; பதில் உடனே வந்தது

குணமாலை கொதித்து எழுதியிருந்தாள்:
மணமாலையையும் இப்படித்தானே
பிய்த்துப் போடுவாய் பாவி... என்று

பூங்காவுக்குப் போனால் காதல்
வந்தாலும் வரலாம் என்று போனேன்
சுற்றிச் சுற்றிச் சுற்றிக் களைத்தது மிச்சம்.

நண்பரிடம் என்
அவலங்கள் சொல்லி அழுதேன்
அவர் சொன்னார்:
காதல் என்பது
மணலில் சுரக்கும் நீர் போல்
மனதில் சுரக்கும் அமுதம்!

பலவகைக் காதல் உண்டு நண்பா
பஞ்சும் நெருப்பும் போல் பற்றும் காதல்
கொஞ்ச நேரத்தில் கருகிப் போகும்
தீப் பந்தம் போல் திமிர் விடும் காதல்
ஆவேசத்தில் அனைத்தையும் அழிக்கும்
கவிதைப் புலம்பலில் துளிர் விடும் காதல்
காலைப் பனிபோல் அழுது தொலையும்

ஒரு விளக்கிலிருந்து இன்னொரு விளக்கின்
சுடராய்ப் பற்றும் உன்னதக் காதல்
வீட்டை வெளிச்சம் ஆக்கும் காதல்
விளைந்த வயலுக்கு நிகரான காதல்!

தோற்ற காதல்கள் தொண்ணூறாயிரம்!
வென்ற காதல்கள இரண்டினை உரைப்பேன்
மகுடம் துறந்த எட்டாம் எட்வர்டு
மகப்பேறும் மறுத்த மாண்புறு காதல்.....

ஆயிரம் துயரிலும் ஆருயிர்த் துணைவராய்
வாழ்ந்த மார்க்ஸ்-ஜென்னியின் காதல்
மேலை நாடென்றாலும் அது தமிழ்க் காதல்
'ஒன்றன் கூறாடை உடுப்பவரே ஆயினும்
ஒன்றினார் வாழ்க்கையே வாழ்க்கை'
என்ற சங்கத் தமிழ்க் காதல் அது!

அப்படி வாய்த்தால் அதுவே காதல்
அன்றி மற்றெல்லாம் நாடகம், நாடகம்!

முகந்து தீராக் கடல்

ஐங்குறும் பாடல்

ஒருவர் படுக்கலாம்
இருவர் அமரலாம்
மூவர் நிற்கலாம்
என்பது பழங்கதை

யாரை வாங்கலாம்
யாரை விற்கலாம்
யாரை முடிக்கலாம்
என்பது புதுக் கதை
★

பிச்சை வாங்குவது
வறுமை
பிட்சா வாங்குவது
பெருமை
★

இரவிலும் கிரிக்கெட் பார்த்துக்
கிறுகிறுப்பது
விளையாட்டு மோகம்
பரந்த பள்ளி மைதானங்கள்
ஆட எவருமின்றிக்
கிடப்பது சோகம்
★

தெரியுமா உங்களுக்கு?
அயோத்தியில்
காணாமற் போன பாபர்
அய்யப்பன் வழிபாட்டில்
வாழ்ந்து கொண்டிருப்பது.
★

இராமர் விட்டதே பாணம்-அது
எங்கே போச்சுதோ காணோம்
என்று எழுதி இருப்பது.
ஒரு பழம் பாடல்
இராமேசுவரத்துத் தமிழன்
கண்டு பிடித்த உலோக அம்பில்
எழுதி இருப்பது
நாட்டின் காப்புச் செய்யுள்!
★

காவல் நிற்கும் இருவர்

கன்னியா குமரிக் கடலில்
காவல் நிற்பவர் இருவர்.

ஒருவர்
வடக்கிலிருந்து தெற்கு வந்து
மேற்கே போனவர்
இன்னொருவர்
திசைகளுக்கெல்லாம் தீபமானவர்.

ஒருவர்
வேதம் தந்த வேங்கை
மற்றொருவர்
சங்கத் தமிழ்ச் சிங்கம்.

ஒருவர்
கடலில் நீந்தி
நிற்கும் இடம் அடைந்தவர்
வேறொருவர்
பிறவிப் பெருங்கடல் நீந்த
வழி புனைந்தவர்

ஒருவர்
தன் செய்தியோடு
தமிழரின் துணையால்
உலகை நோக்கிப் போனவர்
மற்றவர்
தன் கருத்துக் கனத்தால்
தமிழின் வளத்தால்
உலகை இங்கே அழைத்தவர்

ஒருவர்
மோனத் தவம் செய்
மொட்டு
பிறிதொருவர்
ஞானத்தில் விரிந்த
மலர்

ஒருவர்
ஆன்மிகத்தின்
இடி முழக்கம்
இன்னொருவர்
மனிதத்தில் கனிந்த
மழை

ஒருவர்
பரமஹம்ச அன்னம்
பருகும் பால்
மற்றொருவர்
அறம் பொருள் இன்பம்
கசிந்தொழுகும் தேன்

ஒருவர்
கங்கையின் மைந்தர்
மற்றவர்
குமரியின் புதல்வர்

பயணம் போன திசைகள் வேறு
இருவரும் நிற்பது
பாரை உயர்த்தும் பாறை

முகந்து தீராக் கடல்

எனக்கு இனியவர்

வெற்றிடம் சற்றே
விரிய விரிய
மனம் ஒரு பாழிடம் ஆகிறது

இல்லை அவர் எனக்
காதில் விழுந்ததும்
இன்னும் பாலை விரிகிறது

கருகிய வேர்கள்
முறிந்த அடி மரம்
சிதைந்த கிளைகள்
வற்றிய ஓடை
எல்லாம் கலங்கி மறிகிறது

அமரத்துவங்கள்
பெரும் பொய் பெரும்பொய்
அழியாச் சுடர்கள்
வடி கட்டிய பொய்

நடந்தால் என்ன?
கிடந்தால் என்ன?
கண்களிலே நீர்
வடிந்தால் என்ன?
நினைவுகள் பேயாய் அலைகின்றன

உணர்ச்சிப் பெருக்கில்
நாமும் அதுபோல்
முடிந்தால் என்ன
என்றொரு செந்தீ
புகைந்து புகைந்தே எழுகின்றது

படிப்பறை மேசையில்
புத்தக வரிசையில்
புன்னகையாக விரிகின்றார்
'அப்புறம்...பாக்கலாம்'
என்ற குரலில்
மறுநாள் வைகறை
புதிய பரிதியாய் எழுகின்றார்..

மையம்

தகர்கிறது மையம்
என ஆர்ப்பரித்தது பின் நவீனத்துவம்
இல்லை நகர்கிறது மையம்
என்கிறது அறிவியல்

சூரிய மையத்தைச்
சுற்றிச் சுழல்கின்றன கோள்கள்
பூமி முதல் புளூட்டோ வரை
எனினும் அந்த மையம்
தன்னைத் தானே சுற்றிக் கொண்டும்
நகர்ந்து கொண்டும் இருக்கிறதாம்

மத்தியப் பிரதேசத்தில் ஏதோ ஒரு
ரயில்நிலையத்தில்
'இந்தியாவின் மையம் இங்கே'
என எழுதி விட்டுப் போயிருக்கிறான்
வெள்ளைக்காரன்!

ஒரு மையம் ஏது இங்கே?
ஓராயிரம் மையங்களின்
கலவர பூமி இந்தியா!

நதிகள் எத்தனை அத்தனை பண்பாடு
மொழிகள் எத்தனை அத்தனை இலக்கியம்
மலைகள் எத்தனை அத்தனை கலைகள்
ஊர்கள் எத்தனை அத்தனை உணவுகள்
குளங்கள் எத்தனை அத்தனை தீர்த்தங்கள்
நாவு எத்தனை அத்தனை மந்திரம்
சிவனும் திரு மாலும் மட்டுமோ
சுடலை மாடன் வேட்டைக் கருப்பன்
சாத்தன் சங்கிலி மாரி காளிகள்
அம்மன் பகவதி கடவுள் எத்தனை

புதர்கள் எத்தனை அத்தனை சாதிகள்
முள்ளின் காடுபோல் மதங்கள் எத்தனை
முளைத்த புல்லெனத் தாடி வைத்தவர்
முறுக்கி வைத்த தத்துவம் எத்தனை
வானம் போன்ற இப் பெரிய சந்தையில்
கத்தரிக் காயும் மையம் கருவாடும் மையம்

ஒற்றை மையச்
சிதிலங்களோ இவை?
சிதிலம் ஒவ்வொன்றும்
தனித்தனி மையமோ?

தகரும் மையம்
என்பது உண்மையோ?
நகரும் மையங்கள்
என்பது மெய்ம்மையோ?

நட்சத்திரங்களில்
உண்மையை வினவினேன்
கண்ணைச் சிமிட்டின
ஏளனமாகவே!

முகந்து தீராக் கடல்

பூ வனம் அழித்த புயல்

வியர்வை சுரக்கும் மேனியுடன்
ஆதி உழவன் உழுது கொண்டிருந்தான்
பக்கத்து மா மரத்தில் மின் சிறகடித்துப்
பறந்து வந்தமர்ந்தது சிட்டுக் குருவி
உற்றுப் பார்த்து அவனிடம் கேட்டது:

‘ஒரேர்க்காரா ஒரேர்க்காரா,
என்ன செய்கிறாய்?’

‘விதைப்பதற்கேற்ற பக்குவம் வர
பழைய மண்ணைக் கீழே தள்ளி
புதிய மண்ணை மேலே புரட்டி
உழுகிறேனம்மா சின்னக்குருவி...’

பருவம் மாறி மாரி பொழிந்தது
குருவி இப்போது உழவனைக் கேட்டது:

‘ஒரேர்க்காரா ஒரேர்க்காரா,
என்ன செய்கிறாய்?’

‘விதை விதைக்கிறேன் குருவியம்மா’

‘தானிய விதையா? கனி மர விதையா?
மலர்ச் செடி விதையா? சொல்லேன் உழவா’

‘மனித மனங்களை உழுது விதைத்தேன்
அறிவை விதைத்தேன்; கற்பனை விதைத்தேன்
கவிதைப் பூக்களின் விதைகள் விதைத்தேன்.’
பறந்தன நாட்கள், பழுத்தது மா,
சிட்டு மீண்டும் கிளைக்கு வந்தது
குருவி கேட்காமலே உழவன் சொன்னான்:

'இதோ பார் அறிவு மணிகள்
பால் பிடிக்கும் பாத்தி!
அதோ கற்பனைக் கிளைகள்
விரிக்கப் போகும் இளமரப் பாத்தி!
காலடியில் பார் கவிதை அரும்புகள்'

'இன்னும் சில நாள் கழித்து வருகிறேன்
எனக்கு ஒரு சோலை காத்திருக்கட்டும்'
கூவிப் பறந்தது நம்பிக்கைச் சிட்டு

பூத்துக் குலுங்கும் சோலையைக் காண
பூங்குருவி வந்தது நெடுநாள் பின்னர்...
பழகிய மா மரம் காணவே இல்லை
பசுமை போர்த்திருந்த பாத்திகள் எங்கும்
முள்ளும் கள்ளியும் சல்லாபித்திருந்தன
ஒரேர்க்காரன்? சிலுவையில் அறைந்த
ஏசு போல் கிடந்தான்.

சுற்றி அலையும் குருவியைப் பார்த்ததும்
திக்கித் திக்கி உழவன் சொன்னான்:
'கோரத் தாண்டவம் ஆடிற்று ஒரு புயல்
உதிரந்தன மணிகள், புதைந்தன கனிகள்,
அய்யோ பூக்கள்... என் பூக்கள்..'

சரிந்து விழுந்த உழவன் மேல்
இறந்து விழுந்தது பட்டுச் சிட்டு
மூச்சுப் போகும் தருணம் 'ஹே ராம்'
என்றொரு மாமனிதன் உச்சரித்தது போல்
உழவன் கடைசியாய் உச்சரித்தது:
'புயலின் பெயர் புதிய கல்வி.....'

மனிதன் கடவுளாகலாம்

கிரணங்களோடு பயணிப்பது
அவ்வளவு எளிதல்ல

ஒளியின் ஓட்டம்

கோலப்பொடி போல்
துகள்களாகவோ
இதயத் துடிப்புப் போல்
அலைகளாகவோ
சஞ்சரிக்க நேரும்

எப்படியாவது
கிரணத்தின் முதுகில்
ஏறிக் கொண்டால்
தூரத்துக்கேற்ப
இளமை மின்சாரம்
ஏற்றிக் கொள்ளலாம்

திரும்பி வரும்போது
நண்பர்கள் இல்லை
கொள்ளுப் பேரனோ
எள்ளுப் பேத்தியோ
தள்ளாத முதுமையில்
இருக்கக் கூடும்

இன்னொன்று முக்கியம்
எங்கே போகிறோம்
என்பதை அறிவது
சூரிய மண்டலத்துக்கு
உள்ளேயா வெளியேயா?
வெளியே என்றால்
நீங்களே அண்டவெளியில்
நட்சத்திரமாகும்
வாய்ப்புப் பிரகாசம்!

கிரணங்களுக்குக்
கிரகணங்கள் இல்லை
அதனால் உங்களுக்குக்
கடவுளாகவும் சந்தர்ப்பம்
உண்டு.

அப்படி நேர்ந்தால்
வரம் கொடுப்பதற்கு
வந்தாலும் வரலாம்
அப்போது
மறந்து விடாதீர்கள்
அலைபடு துயரில்
வதைபடும்
எங்கள் சந்ததிகளை

கிரண குமாரரே
இதுவே
என் வேண்டுகோள்

அபத்தம்

எழுதப்பட்டுள்ள பக்கத்தில்
சொற்களுக்கு நடுவில் காணப்படும்
இடைவெளிகள் போல்
அபத்தங்களால் நிரம்பியது வாழ்க்கை

இன்னொரு வகையில் சொன்னால்
தொடர்ச்சியின்மைகளின் தொடர்ச்சி!

நடைப் பயிற்சியின் போது
எதிர்பாராமல் எதையோ முணுமுணுத்து
உங்களுக்குள் பேசிக் கொள்கிறீர்கள்

குளியல்அறையில்
குழாயைத் திறந்து விட்டு விட்டு
வெறித்துப் பார்த்தபடி
உட்கார்ந்திருக்கிறீர்கள்

நண்பரோடு உரையாடும்போது
பேச்சின் இழை ஏனோ
சட்டென அறுந்து போய்
சம்பந்தமில்லாமல் பேசுகிறீர்கள்

சாப்பிடும்போது இலையில்
ஊறுகாயைத் தொடுவதாக நினைத்து
ஒதுக்கிவைத்த கறிவேப்பிலையை
ஞாபகமில்லாமல் சுவைக்கிறீர்கள்

இரண்டு சக்கர வாகனத்தில்
அலுவலகம் செல்லுவதாக எண்ணியபடி
வேறு தெருவில் வண்டியை
ஓட்டிச் செல்கிறீர்கள்

படித்துப் படித்துத்
துணைவியார் சொல்லியனுப்பியும்
வெங்காயத்துக்குப் பதில்
பெருங்காயம் வாங்கி வருகிறீர்கள்

துக்கம் விசாரிக்கப் போன வீட்டில்
அப்பா காலமாகியிருக்க
அம்மா இறந்து போன துக்கம்
ஆற்றமுடியாததென ஆறுதல் கூறிக்
கண்ணைத் துடைக்கிறீர்கள்

மறதி அல்ல இது
அபத்தம்.
மனதின் தற்காலிக மரணம்.
★

அம்மா யாரோடோ பேசுவது கேட்டது
'கோஷா ஆசுபத்திரியிலே
இவன் பிறந்தபோது ஒரு அபத்தமாயிடுச்சு
குழந்தை மாறிப் போச்சு
கன்னத்து மச்சத்தெ வச்சல்ல
கண்டு பிடிச்சோம்!'

அறுபது ஆண்டுக் காதல்

மாரிக் காலக் குளம் நிறைவது போல்
என்னுள் நிரம்பினாய்
அறுவடை முடிந்ததும்
குவியும் நெல்மணிகளின் நறுமணமென
நினைவில் மணந்தாய்

நீலிமை பூசிய வானத்தின் இருட்டைக்
கவர்ந்து கொண்ட கூந்தலுக்கு
அறைகூவலாக ஒளிரும் நெற்றியில்
ஆயிரம் விளக்குகளின் தகதகப்பு
நடுவில் கற்பூரம் ஏற்றியதென
மிளிரும் குங்குமம்
மரியாதை கோரும் செம்பொற் காசு

இயற்கையாக வளைந்த புருவங்கள்
ஒரே சமயத்தில் என்
கண்கள் கண்டன
இரண்டு கருப்பு வானவில்களின் அதிசயம்

சாணை பிடிக்கப்
புரட்டிப் புரட்டித் தீட்டும்
வாள் போல் புரளும் கண்களில்
ஆயுத பூசை போலும்
இதயம் பிரியத்தோடு அஞ்சியது

புன்சிரிப்பு கன்னத்தில் விழும் குழி
என் கருவ! வேழம்
தடுக்கி விழும் பள்ளம்

உற்று உற்று நான்
பார்ப்பதைக் கண்டதும்
'பிடித்திருக்கிறதா?' என்றான் நண்பன்
சட்டென்று அந்த
மார்பளவு புகைப்படத்தைச்
சட்டைப்பையில் பத்திரப்படுத்தினேன்

அப்புறம் என்ன ஆயிற்று
என்று கேட்கிறீர்களா?
கீழே பாருங்கள் இன்னொரு புகைப்படம்...